அன்பின் பழுப்பு

அன்பின் பழுப்பு

சிறுகதைகள்

ஜீவன் பென்னி

எதிர்
வெளியீடு

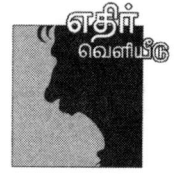

அன்பின் பழுப்பு
சிறுகதைகள்
ஜீவன் பென்னி

முதல் பதிப்பு: ஜூலை 2024

எதிர் வெளியீடு,
96, நியூ ஸ்கீம் ரோடு, பொள்ளாச்சி – 642 002
தொலைபேசி: 04259 – 226012, 99425 11302

விலை: ரூ. 250

Anbin PaLuppu
Short Stories
Jeevan Benny

Copyright © Jeevan Benny
First Edition: July 2024

Published by
Ethir Veliyeedu, 96, New Scheme Road, Pollachi – 2
email: ethirveliyedu@gmail.com
www.ethirveliyeedu.com

ISBN: 978-81-19576-96-8
Cover Design: Lark Bhaskaran
Printed at Jothy Enterprises, Chennai.

All rights reserved. No part of this book may be reprinted or reproduced or utilised in any form or by any electronic, mechanical or other means, now known or hereafter invented, including Photocopying and recording, or in any information storage or retrieval system, without permission in writing from the Publisher.

ஜீவன் பென்னி

இயற்பெயர் – பீ. மதார் மைதீன், தேனி மாவட்டம், உத்தமபாளையத்தைச் சேர்ந்தவர். இளங்கலை இயற்பியல் முடித்தவர். பணியின் காரணமாகத் தொடர்ச்சியாக வாழ நேர்ந்த பிற மாநிலங்களின் நகரங்களிலும், கிராமங்களிலும் தெரிந்திடாத மக்களிடையே செய்த பயணங்களும், சூழல்களும், கிடைத்த நட்புகளுமே எல்லாவற்றையும் கவனிக்கவும் நேசிக்கவும் கற்றுக் கொடுத்தது என நம்பிக்கொண்டிருப்பவர். 2005ஆம் ஆண்டின் பிற்பகுதியிலிருந்து கவிதைகளும் கவிதை சார்ந்த விமர்சனங்களையும் எழுதிவருகிறார்.

சாதத் ஹசன் மண்ட்டோ
அவர்களின் நினைவுகளுக்கு...

மிக்க அன்பும் நன்றியும்

கனலி – மின்னிதழ்
காலச்சுவடு
அகழ் – மின்னிதழ்
&
ந. பெரியசாமி
பா. ராஜா
கனலி – விக்னேஷ்வரன்
ச.துரை
கார்த்திகைப் பாண்டியன்
ஆகிய நண்பர்களுக்கும்
எனது படைப்புகளின் வாசகர்களுக்கும்.

மீதமிருக்கும் சொற்களின் வரைபடம்	13
அன்பின் பழுப்பு	19
பிரிவு	41
வலி	59
வள்ளலார் நகர்	81
ஆண் மயில்	103
விடுதலை	125
பிறழ்வு	151

மீதமிருக்கும் சொற்களின் வரைபடம்

சிறுகதையின் தனித்த கச்சிதமான வடிவம் மீதான ஈர்ப்புதான். நான் அறிந்திருந்த இந்தக் கதைகளைச் சிறுகதைப் புனைவின் வசீகரத்தில் எழுதத் தூண்டின. காலத்தின் மீதாக நான் கொண்டிருந்த அக்கறையின்மை ஒரு வழியில் என்னை இங்கு கொண்டு வந்து நிறுத்தியிருக்கிறது. ஒரு விதத்தில் எனது கவிதைகளில் முன்பே சொல்லியிருந்த இந்த வாழ்வுகளின் நீட்சியான, தீர்ந்திடாத அதன் வேறொரு பகுதியின் வலிகளையும், நேசங்களின் ஆழங்களையும் தீவிரகதியில் உணர்த்துவதான பிரதானத் தன்மைகளை இக்கதைகள் கொண்டிருக்கின்றன. முன்னும் பின்னுமாக நகர்ந்து செல்லும் இக்கதைகளினூடாகக் கரைந்து போகும் சிறுசிறு நிகழ்வுகளின் வழியே வாழ்வின் பூரணமான தன்மையொன்றின் சாரத்தை அடைந்திருக்கிறேன். வாழ்வின் சகல பாதைகளிலும் பூக்களையும் முட்களையும் ஒன்று போலவே பாவித்து இரு கைகளால் அணைத்து ஒரு பருவத்தில் மகிழ்ந்திருக்கிறேன். அதன் தனிமையான மென்மையும், முள்ளின் கூர்மையும் எனது கைகளுக்குள் பதிந்து போயிருக்கின்றன. அவற்றின் நீட்டப்பட்ட வடிவங்களின் ஒரு மாதிரி வடிவம்தான் இக்கதைகள். சில கதைகளை எழுதி முடித்த நிலையில் எனக்குள் படர்ந்த மகிழ்ச்சியின் நிறைவான அமைதி, ஏதோ நானே அந்தக் கதைகளில் வாழ்ந்து முடிந்திருந்த முழுமையைக் கொடுத்தன. எனக்கு அது ஒரு

வகையில் பிரமிப்பைக் கொடுத்தது. நான் வேறு வேறாக வாழ முடிவதன், அதில் மனமாற்றங்கள் கொள்ள முடிவதுமான சுதந்திர வடிவத்தையும் சாத்தியத்தையும் எனக்குள் நான் தீவிரமாக அத்தருணங்களில் அனுபவித்திருந்தேன்.

நான், நிறைய்ய கைவிடப்பட்ட மனிதர்களை அருகாமையில் சந்தித்திருக்கிறேன். அன்பை உணர்ந்திடும் நரம்புகள் மெலிதாக அறுக்கப்பட்ட நிலையிலிருக்கும் அவர்கள், எப்போதும் நடுங்கும் சிறிய மனதையும் மீதி வாழ்வையும் கொண்டிருக்கிறார்கள். உலகின் ஒரு ஓரத்தில் வசித்தபடி, சகலத்தையும் தங்கள் மீது சுற்றிக்கொண்டு திரிகிறார்கள். சிறிய நிம்மதியை ஏதேனும் ஒன்றிலிருந்து உருவாக்கிக்கொள்ளும் அவர்களிடம்தான், எதிர்பார்ப்பில்லாத எளிய அன்பின் சிறுவடிமொன்றை நான் கண்டெடுத்தேன். அன்று முதல், ‘இங்கு என்னை ஒரு கைவிடப்பட்டவனாகவே உணர்ந்து கொள்கிறேன்’. பிரபஞ்சத்தின் சூட்சமங்களைப் புரிந்துகொள்வதன் எளிய விதிகளில் இதுதான் முதன்மையானது. நீங்கள் யாருக்கும், எதற்கும் தேவையில்லாத ஒன்றாக உலகில் மாறிக்கொள்ளும் எளிமையான உணர்வு. கிட்டத்தட்ட தூசியைப்போலான அளவின் முக்கியத்துவம்தான் இந்தப் பிரபஞ்சத்தில் உங்களுக்குக் கொடுக்கப்பட்டிருக்கிறது என்பதான உண்மையை நீங்கள் ஏற்றுக்கொள்ளும் ஆன்மப் புரிதலின் பக்குவத்தினாலான ஒரு தீர்க்கமான வடிவமது.

மிக வெளிப்படையான அன்பினாலும், வெறுப்புகளாலும், துரோகங்களாலும்தான் வாழ்வு இங்கு தொடர்ந்து வடிவமைக்கப்படுகிறது. அதன் சிறிய மகிழ்ச்சிகளும், ரணங்களும், தழும்புகளுமே நமது காலத்தை வளர்த்தெடுக்கின்றன. ஆழ்ந்து பார்க்கும் போது இதிலிருந்து நழுவி வெளியேறி விடுவதற்கான எந்தவித வாய்ப்பும், சுதந்திரமும் நம்மிடம் இல்லை. அதை முழுவதுமாக அனுபவித்துத் தீர்த்து, சிலவற்றை மீண்டும் மீண்டும் ஞாபகங்களாகக் கிளறிக்கொண்டிருப்பதைத் தவிர்த்து வேறெந்தச் சாதுர்யமான வழிகளும் நமக்கு இல்லை என்பதே நிதர்சனம். வாழ்க்கையைப் போலச் சகலத்தையும் உங்களுக்குத் தரக்கூடிய, அப்பட்டமாகக் காண்பிக்கக் கூடிய வேறொன்று இங்கு எதுவுமே இல்லை. நிர்ணயமான அறிவின் எல்லா விதிகளுக்கும், முறைகளுக்கும் வெளியே தனித்து நிற்கக் கூடிய ஒன்றாகவே எப்போதும் வாழ்வு இருக்கிறது.

எனது தந்தையின் மறைவிற்குப் பிறகான காலத்தில் வெறுமையின் வடிவில் உழன்றுகொண்டிருந்தேன்.

இழப்பின் துயர்மிகுந்த அந்த நாள்களில் இந்தக் கதைகளுக்குள்ளிருக்கும் நிஜ மனிதர்கள் எங்கிருந்தோ அரூபமாக எனது துயரங்களையும் வலிகளையும் ஏந்திக்கொண்டு ஆறுதல்களால் என்னைச் சமப்படுத்தினர். நிகழ்காலத்தின் ஒரு இழையுடன் நிதானமாக என்னை ஒட்ட வைத்தனர். இத்தகைய சிறிய உணர்வுகளினால் ஒருவருக்கொருவர் ஆறுதலாய் மாறிக்கொள்வதுதானே பேரன்பின் வடிவம்.

அன்பு, சிறிய துளிர்த்தலைப் போல உருவாகி அதன் கணக்கற்ற கிளைகளில் பரவி சந்தோசங்களைப் பகிர்ந்து பிறகு ஏதோ ஒரு வடிவில் பழுத்துக் காய்ந்து உதிர்ந்துபோகும் மாற்றங்களின் சமநிலையை இந்தக் கதைகள் ஒரு புள்ளியில் குவித்துக் காண்பிக்கின்றன. இன்னும் சில பழுத்தும் காய்ந்தும் அதன் கடைசி நரம்பும் அறுபட்டும் கூட கிளைகளிலேயே ஒட்டிக்கொண்டு இருக்கும் மனித வாழ்வின் தீராத நெருக்கத்தைப் பேசுபவையாகவும் இக்கதைகளைப் புரிந்துகொள்ள முடியும்.

கதைகள் - ஒரு ஞாபகத்தின் மீதி வலியை, சந்தோசத்தை, வாழ்வின் ஒரு அடுக்கு இடம் மாறிக்கொள்ளும் தருணத்தின் மெல்லிய நடுக்கத்தை உணர்த்திக் காண்பித்திடும் லாவகத்தையும், வீச்சையும், தனிமையையும் கொண்டவையாகவே எனக்கு எப்போதும் தோன்றிக்கொண்டிருக்கின்றன. அவற்றையே இக்கதைகளில் தீவிரமாக உணர்த்திவிடுவதன் அடிப்படையில் எழுதித் தீர்க்க முயன்றிருக்கிறேன். ஒரு வகையில் இந்தக் கதையில் நிறைய குறைகள் இருக்கலாம், அவை எனது பலவீனங்களின் தொடர்ச்சி தான். அவற்றை அப்படியே தொகுத்துக் காண்பிக்கவே நான் விரும்புகிறேன். இக்கதைகளை எழுதும் போது பல சமயங்களில் உணர்வற்றவனாக, பதிலேதும் சொல்லாதவனாக, அமைதியை, தனிமையை விரும்பும் ஒரு உயிரியைப் போலானவனாக இருந்திருக்கிறேன். அவற்றைப் புரிந்துகொண்டும், சகித்துக்கொண்டும் என்னுடனிருந்த, தொடர்ந்து இருக்கின்ற எனது பப்பு'வின் நெற்றியில் முத்தமிட்டுக் கொள்கிறேன். அவளெப்போதும் விரும்புவது அது ஒன்றைத்தான்.

என் கவிதைகளை, கதைகளை வாசித்துக்கொண்டிருக்கும் - அது சார்ந்த உரையாடல்களின் வழியே என்னை உற்சாகப்படுத்தும் அன்பு வாசக நண்பர்களுக்கும், இத்தொகுப்பைச் சிறப்பாக வெளியிடும் 'எதிர் பதிப்பகம்'- திரு. அனுஷ் மற்றும் நண்பர்களுக்கும் எனது நிறைவான மகிழ்ச்சியின் அன்பும் நன்றிகளும்.

02.10.2023

தொடர்புக்கு
ஜீவன் பென்னி
jeevanbenniepoems@gmail.com
சென்னை

சின்னச்சின்ன மதில்கள் நம்மை முழுவதுமாகப் பிரித்துக்கொள்கின்றன. ஒவ்வொரு பிரிவிற்குள்ளும் ஒவ்வொரு வாழ்வு, எல்லாவற்றிற்கும் போக நிறைய மீதியாகிவிட்டது உபரிவாழ்வு, எதிலிருந்து வாழத் துவங்குவது.

ஒரு பிரார்த்தனையின் காய்ந்த வடிவம்,
ஒரு பழுப்பு இலையின் சாயலுடையதுதான்.

அன்பின் பழுப்பு

1

அன்றைய மெட்ராஸின் ஜெமினி சர்க்கிள் முழுவதுமாக ஏற்பட்டுக்கொண்டிருந்த வாகன நெரிசலைக் கட்டுப்படுத்தவும், மெட்ராஸின் சாலை உள்கட்டமைப்பு வசதிகளை மேம்படுத்தும் விதமான பெரிய திட்டமாகவும் 1971இல் அன்றைய முதல்வரின் நேரடியான வழிகாட்டுதலிலும், கட்டுப்பாட்டிலுமாகத் துவங்கிய மெட்ராஸின் முதல் மேம்பாலமும், இந்தியாவின் அப்போதைக்கான நீண்ட மேம்பாலமாகத் திட்டமிடப்பட்டிருந்த ஜெமினி மேம்பாலக் கட்டுமானப் பணிகள் 1972இன் தொடக்க காலத்தில் தீவிரகதியில் நடந்து கொண்டிருந்தன. தெற்கில் இராமநாதபுரத்தின் கீழக்கரையைப் பூர்வீகமாகக் கொண்ட தொழிலதிபர்களின் ETE எனும் ஒருங்கிணைந்த கட்டட நிறுவனத்தின் பெரிய பிரிவான 'வெஸ்ட் கோஸ்ட் கன்ஸ்ட்ரக்சன் அண்டு இண்டஸ்ட்ரீயல் நிறுவன'த்தால் மொத்தமான ஒப்பந்த அடிப்படையில் அதன் பணிகள் முழுவீச்சில் நடந்து கொண்டிருந்தன. இவர்களுக்கிடையில் சில சிறிய ஒப்பந்தக்காரர்களும், ஏஜென்ஸிகாரர்களும் வேலைகளைப் பிரித்து உள் ஒப்பந்த அடிப்படையில் இரவும் பகலும் ஓய்வின்றி வேலை செய்து கொண்டிருந்தார்கள். மேம்பாலப்

பணிகளில் ஒவ்வொரு மேம்படுத்தும் நிலைகளும், விவரங்களும் விரிவான தகவல்களாக நேரடியாக முதல்வருக்குச் சென்று கொண்டிருந்தது.

***

மழை சிறிய தூறல்களாக விட்டுவிட்டு விழுந்துகொண்டிருந்த ஓர் இரவில் அந்தப் பிரம்மாண்டமான பாலம் கட்டுமானப் பணியில் பதினைந்து அடிக்கும் மேலான உயரம் கொண்ட நான்கு பெரிய தூண்கள் அமைப்பதற்கான கம்பிகள் கட்டும் வேலைக்கென அவற்றைச் சுற்றிலுமாகச் சேர்த்துக் கட்டப்பட்டிருந்த சவுக்கு மற்றும் இரும்புக்குழாய் சாரங்கள் பாரங்கள் தாங்காமல் திடீரென ஒன்றன்பின் ஒன்றாகச் சரிந்து விழுந்தன. அதில் நின்றபடி வேலை செய்துகொண்டிருந்த பணியாளர்களும் அதன் கீழ்பகுதிகளில் கம்பி கட்டிக்கொண்டிருந்த பணியாளர்கள் என அனைவரும் ஒன்று சேர்ந்து இடிபாடுகளுக்குள் சில விநாடிகளில் மூழ்கிப் போனார்கள். பயமும் பதட்டமும் நிறைந்திருந்த வேலையாட்கள் தங்களுக்குள்ளாகவே இணைந்து ஒருவரையொருவர் இழுத்தும், தூக்கியும் நிலைமையை ஒருவாறு சமாளித்துக்கொண்டிருந்தனர். அடுத்தடுத்த சாரங்களும் தொடர்ச்சியாக ஒன்றன் பின் ஒன்றாக விழுந்ததால் நிலைமை மிகவும் மோசமானது. நிலைகுலைந்து மேலிருந்து தூக்கி வீசப்பட்ட பூவண்ணனும், கண்ணப்பனும் மற்றுமொரு பணியாளனும் அருகினில் தூண்களுக்காக எடுத்து வைத்திருந்த பெரிய குழிக்குள், கம்பிகளின் கூர்மையான இடிபாடுகளுக்குள் மாட்டிக்கிடந்தனர். சிறிய, பெரிய காயங்களுடனும் என்ன நடந்துகொண்டிருக்கிறது என்பதைப் புரிய முடியாமல் பணியாளர்களில் பெரும் பகுதியினர் அச்சத்துடன் ஓடவும், பெருங்குரலில் அலறவும் துவங்கினர்.

இரவு நேரத்தில் பணிபுரிவதற்கான தொழில்நுட்பமும், பாதுகாப்பு வழிமுறைகளின் விரிவான அடுக்குகளும் சரியாகப் பராமரிக்கப்படாத, பின்பற்றிடாத அந்த நாட்களில் இதுபோன்ற விபத்துகளினூடான அவசர நிலைமைகளைக் கையாளும் திறன்களும், நம்பிக்கைகளும் அற்றிருந்த நிறுவனப் பொறியாளர்களும், பிற ஊழியர்களும் திகைத்து நின்றனர். தங்களுக்குள்ளாகவே பாதுகாப்பு அரண்களை அமைத்தபடி ஒவ்வொருவரையும் இழுத்துக் காப்பாற்றிக் கொண்டிருந்தார்கள். குழிகளுக்குள்ளிருந்து வரும்

அவலக்குரல்கள் அந்த இருளில் அச்சத்தையும், இரக்கத்தையும் அங்கு நெருடலாக உருவாக்கிக்கொண்டிருந்தன. அந்தக் குரல்களைப் பின்தொடர்ந்து தேடிச்சென்றவர்கள், அதனுள் விழுந்து கிடந்தவர்களின் நிலையைப் பார்க்க முடியாமல் முழுவதுமான நடுக்கத்துடன் மனம் கலங்கி நின்றனர். சிலரை கைகளால் மேலிழுத்து மேட்டுப் பகுதிகளில் ஏற்றிவிட்டனர்.

சிறுசிறு தூரல்கள் பெரும் மழையெனப் பெய்யத் துவங்கியிருந்தது. ஆழமான குழிகளுக்குள்ளிருந்து, உடல்களில் கம்பிகள் குத்தியபடி அகோரமாகக் கிடந்த உடல்களிலிருந்து மெல்லிய முனகல்கள் விட்டுவிட்டுக் கேட்டுகொண்டிருந்தன. கயிறுகளைக் கட்டிக்கொண்டு குழிகளுக்குள்ளிறங்கி அந்த மூன்று உடல்களையும் பெரும் துயரங்களுடன் தூக்கி வந்து மேடான பகுதியில் கிடத்தினர். அவ்வுடல்கள் ஒரு பொதியைப் போலத் தரையில் கிடந்தன. பூவண்ணனைத் தவிர மற்ற இரு உடல்களிலும் அசைவுகளில்லை. இரவின் மௌனத்தைக் கலைத்துக்கொண்டு வந்த மருத்துவமனையின் வெள்ளை நிற அவசர ஊர்திகள் குழிக்குள்ளிருந்து தூக்கிவந்து கிடத்தியவர்களையும், பெரிய காயங்கள் ஏற்பட்டு அலறிக்கொண்டிருந்தவர்களில் சிலரையும் ஏற்றிக்கொண்டு அரசு மருத்துவமனை நோக்கி விரைந்தது. மழைகளுக்கிடையில் அரைநிலவின் சன்னமான ஒளி அந்தச் சாலையில் தவித்துக் கிடந்த மனிதர்களுக்குள் படர்ந்து கிடந்தது.

குழிகளுக்குள்ளிருந்து தூக்கிச் சேர்த்திருந்த மூன்று பணியாளர்களில் கண்ணப்பன் அந்த இடத்திலேயே இறந்திருந்தான். அவனது ஒடுங்கிய முகத்தில் கசப்பின் ஒரு துளி சலனம் விடுபடாமல் அப்படியே ஒட்டிக்கொண்டிருந்தது. கண்கள் மேல்நோக்கிக் குத்திட்டு நின்றிருந்தன. மருத்துவமனைக்குச் செல்லும் வழியிலேயே அவசர ஊர்தியில் மற்றொருவன் இறந்து போனான். இரண்டு கண்களிலும் முழுவதுமான காயங்களுடன், வலது கையின் பெரும்பகுதியை இழந்தவனுமான பூவண்ணன் தனதுயிரின் கடைசிச் சொட்டைத் தனக்குள் பத்திரப்படுத்தி வைத்திருந்தான். தனது உயிர் நண்பனைக் கடைசியாகப் பார்க்க முடியாத தன் துர்பாக்கியமான நிலையை வெறுத்துக்கொண்டவன் போல சுயநினைவில்லாமல் மருத்துவமனையில் அசைவற்றுக் கிடந்தான். அதிர்ச்சியிலும், அச்சத்திலும் விட்டு விட்டு

வரும் நடுக்கமொன்று அவனுடலில் பரவி வெளிப்பட்டுக் கொண்டிருந்தது. அந்த நடுக்கம் அந்த மருத்துவமனை முழுமைக்குமாக ஒரு பயத்தை உருவாக்கிக்கொண்டிருந்தது.

***

பெரிய நிறுவனம் அவர்களின் உள் ஒப்பந்தத்தில் கீழிருந்த உதிரி நிறுவனத்தின் பெரும் கவனக் குறைவுகளின் விளைவாகவே இந்த விபத்து நடந்திருந்ததாகவும், அது குறித்த தீவிர விசாரணையை முடுக்கி விட்டிருப்பதாகவும் முதல்நிலை அறிவிப்பாகச் சொன்னது. மனித உடல் காயங்கள் மற்றும் உடலுறுப்பு இழப்புகளின் விவரங்களைக் குறைத்தும், இறந்தவரின் எண்ணிக்கையை ஒன்று எனவும், நிறுவனக் கட்டுமானப் பொருட்களின் சேதாரங்களை மிக அதிகமாகவும் நிர்ணயித்து விபத்து குறித்து விரிவான அறிக்கையொன்றை அரசுக்குத் தாக்கல் செய்தது. விபத்து பற்றி மறுநாள் தினசரிகளில் சிறிய அளவில் பெட்டிச் செய்திகள் மட்டுமே வெளியாகியிருந்தன.

பெரிய நிறுவனம் திரை மறைவில், தனக்குக் கீழிருந்த அந்த உதிரி நிறுவனத்தை வேறு பகுதிகளில் நடந்து கொண்டிருக்கும் தங்களது வேலைக்காக உடனடியாக மாற்றிக்கொண்டது. இறந்தவர்களுக்கும், உடலுறுப்புகளை இழந்து நிரந்த ஊனமானவர்களுக்குமான இழப்பீட்டுத் தொகை நீண்ட நெடிய அலைச்சலுக்குப் பிறகு, மறைமுகமாக நிறைய்ய கைகளுக்கும் சென்றுவிட்ட பிறகான மீதி சொற்பமானதாகப் பயனாளர்களை அடைந்தது. அரசுக்கான பெரிய கனவுத்திட்டத்தில், இத்தகைய சிறிய பற்சங்களின் இழப்புகளும், வலிகளும், விடுபடல்களும் எந்தவிதத்திலும் கவனிக்கப்படுவதாகவும், அக்கறை கொள்வதாகவும் இருப்பதில்லை. நிலைமைகள் அவசர அவசரமாகச் சரி செய்யப்பட்டு மீண்டும் புதிதான பற்களைக் கொண்டு நிரப்பப்பட்டு அரசின் கனவுப் பணிகள் தீவிரகதியில் சீராக்கப்பட்டன.

2

வண்டலூருக்கு அருகிலிருந்த ஓட்டேரிக்குச் சற்று வெளியில் வறண்டு கிடந்த நிலத்தில் முளைத்திருந்த சில கூரை வீடுகளில் ஒன்றினுள் காரைச் சுவரில் மாட்டியிருந்த கறுப்பு வெள்ளைப் புகைப்படத்தில், ஒடுங்கிய முகம்கொண்ட ஒருவனின் மென் சிரிப்பு பரவியிருந்தது. சட்டகத்திற்குள்ளிருந்த அவனது கண்கள் ஒரே நிலையில் உலகை வெறித்துக்கொண்டிருந்தன. அருகினில் தடித்த, தலை சற்றுச் சரிந்தவாறு குனிந்தபடி பார்வை உறைந்த படியிருந்த பெண்ணொருத்தியின் பழையதான புகைப்படமும் இருந்தது. இரண்டு புகைப்படத்திலும் கண்ணாடிக்கு மேலாக நெற்றியில் பொட்டு வைத்து, மாலைகள் போடப்பட்டிருந்தன. உலகத்தை விட்டுச் சென்றிருந்த அவர்களின் சில ஞாபகங்களில் ஒரு வடுவை சதா நினைவில் கொள்வதைப் போலவே அவற்றைத் துடைத்து வைத்திருந்தாள் வசந்தி. அதற்கு முன்பாக நீட்டிக்கொண்டிருந்த சிறிய கட்டையில் அகழ் விளக்கொன்று சின்ன ஒளியில் மினுங்கிக்கொண்டிருந்தது. அருகில் பழைய ரூபாய் தாள்கள் நிறைந்த சற்று தடித்த கட்டு ஒன்றுமிருந்தது. காற்றில் அந்நோட்டுகள் படபடத்துக்கொண்டிருந்தன.

வசந்தி தன் அப்பாவின் மெல்லிய சிரிப்பு படர்ந்திருந்த ஒடுங்கிய முகத்தைப் பார்த்தபடியே கைகளைக் குவித்து எதையோ முனங்கிக்கொண்டிருநதாள். ஒரு வேண்டுதலின் நீட்சியடைந்த வடிவத்தில் அது இருந்தது. சற்று கறுத்த மெலிந்த தேகம். மென்மையான பார்வைகள் கொண்ட சாந்தமான கண்கள். முதலில் அம்மாவையும் சில மாதங்களுக்கு முன்பாக அப்பாவையும் இழந்து நிற்கும் அவளின் முகத்தில் பரவியிருக்கும் சோக ரேகையின் தடிமனான வரைபடமொன்றிற்குள் மென்சிரிப்பின் கோடு ஒன்று எப்போதும் அவளிடம் வெளிப்பட்டபடியிருந்தது. பழைய கத்தரிப்பூ நிறச்சேலையொன்றை மிகவும் கச்சிதமாகக் கட்டியிருந்தாள். ஒரு நளினத்தில் அவளது இயல்பில் மென்மையும், சிரிப்பும் சேர்ந்து கூடிக்கிடந்தன. நெருக்கமாகத் தான் கட்டிய மல்லிகைச் சரமொன்றை பின் தலையின் முடியில் சொருகியிருந்தாள். அந்தச் சிறிய காரை வீட்டிற்குள் ஒரு மகிழ்வின் வாசனையை அது பரப்பிக்கொண்டிருந்தது. புகைப்படத்திற்குள்ளிருந்தவர்களும் அவ்வாசனைகள் நிரம்பியிருந்த அந்த நாளை அனுபவித்துக் கொண்டிருப்பது போலிருந்தது.

இரண்டு மூன்று வீடுகளுக்கு அருகிலிருந்த வீட்டின் வாசலிலமர்ந்து வசந்தியைச் சற்று உரத்த குரலில் அழைத்துக்கொண்டிருந்தான் பூவண்ணன். பார்வைகளின்றி காற்றில் இடது கையையைத் தொடர்ச்சியாக அசைத்து ஈக்களை விரட்டியபடியிருந்தான். அது ஒரு அன்னிச்சை செயலாக அவனுள் மாறியிருந்தது. அவனது வலது கை மேல் முட்டியுடன் பாதியில் முடிந்திருந்தது. நினைவுகளில் கொஞ்சம் பிழையிருப்பது மாதிரி அடிக்கடி உடலையும், வாயையும் அசைத்தபடியே இருந்தான். வசந்தி சிரித்தபடி, அவன் முன்னால் திருநீறு காகிதத்தை நீட்டி, ‘எடுத்துக்கோங்க பா’ என்றாள். காற்றைத் தடவியபடி நீண்ட அவனது இடது கையைப் பிடித்து காகிதத்தில் வைத்து பிறகு அதை எடுத்து அவனது நெற்றியின் நடுவில் வைத்துவிட்டாள். பார்வையற்ற அவனது கண்களிலிருந்து கண்ணீர் வடியத் துவங்கியது. இடது கையைத் தூக்கி அவளை ஆசிர்வதிப்பதற்குக் கொண்டு வந்தபோது பாதி வரை இருந்த வலது கை தானாகத் தூக்கிக்கொண்டு நின்றது. ‘நல்லாயிரும்மா’ என்றான். மெல்லிய புன்னகையில் வசந்தி வெட்கப்பட்டு குழைந்து நின்றாள்.

ஏற்கெனவே நிச்சயத்திருந்து, அப்பாவின் திடீர் மரணத்தால் தடைபட்டிருந்த அவளது திருமணம் குறித்து மீண்டும் பேசி நாள் குறிப்பதற்காக அடுத்த தெருவிலிருந்த மாப்பிளை வீட்டார் இன்று அவளது வீட்டிற்கு வருவதாக இருந்தது. விபத்தில் இறந்த அப்பாவிற்கான இழப்பீட்டுத் தொகை நேற்று அவளது கைகளுக்குக் கிடைத்திருந்ததன் தகவல்கள் மாப்பிள்ளை வீட்டாருக்கும் போய்ச் சேர்ந்திருந்தது.

‘தனது கல்யாணத்திற்கான அவளது அப்பாவின் சேமிப்புத் தொகையில் கொஞ்சம் அவரது இறுதிச் சடங்கிற்கும் மற்றவைகளுக்கும் செலவாகிவிட்டதாக’த் தனது மென்மையாக குரலில் வசந்தி சொல்ல ஆரம்பித்தாள். ‘அவரின் சேமிப்பின் மீதியையும் நேற்று கிடைத்திருந்த இழப்பீட்டுத் தொகையையும் ஒன்று சேர்த்து வைத்திருப்பதாகவும். அதில் ஒரு பகுதியை வீட்டின் ஓலைக் கூரைகளை மாற்றிச் செப்பனிடுவதற்கெனத் தனியாக எடுத்து வைத்திருப்பதையும், மீதியை இரண்டு பங்கிட்டு ஒன்றைக் கல்யாணச் செலவிற்காகவும், மீதியை அவர்களுக்கும் தந்துவிடுவதுமாகவும்’ அப்பாவின் நீண்டநாள் நண்பரான பூவண்ணனிடம் சொல்வதைப்போலவே எல்லோர்

முன்பாகவும் பொதுவில் சொல்லிக்கொண்டே மாப்பிளை மூர்த்தியையும் பார்த்துக்கொண்டாள் வசந்தி. மூர்த்தி வாயைத் திறக்கவில்லை, முகத்தை மட்டும் ஒரு முறை சுருக்கிப் பார்வையை ஒழுங்கு செய்தான். பூவண்ணன் 'சரி சரி' என்பதைப் போலப் பார்வையற்ற தனது கண்களை விரித்துத் தலையை இரண்டு மூன்று முறை ஆட்டினார். அவரின் கடைவாயில் சிறிய சிரிப்பின் ஒரு வரி பதுங்கிக் கிடந்தது. வசந்தியின் சொற்களை அவர் பெரிதும் விரும்பினார்.

'மாப்பிள்ளையும் பொண்ணுமாக இதே வீட்டில்தான் இருக்கப் போவதாகவும் எனவே வீட்டைச் சீர்படுத்திக் கொள்வதில் எந்தப் பிரச்சினையுமில்லையென்றும், மாப்பிள்ளையிடம் பணத்தைக் கொடுத்துவிட்டால் அவனே அதை முன்னின்று கவனித்து முடித்துக் கொடுத்திடுவான்' என்றும் மாப்பிள்ளை வீட்டார்கள் சொன்னார்கள். மேலும் கல்யாணத் தேவைக்கெனக் கொஞ்சம் எடுத்துக்கொண்டு மீதிப்பணம் முழுவதையும் வரதட்சனையாகத் தங்களிடம் கொடுக்க வேண்டுமெனவும் சொன்னார்கள். அவளது அப்பா இருக்கும் போது பேசிய தொகை வேறானதென்றாலும் இப்போது வேறு வழியில்லை என்பதையும் அழுத்திச் சொன்னார்கள். வசந்தியும் மூர்த்தியும் அனுதாபங்கள் வழிந்திடும் சாயலில் ஒருவருக்கொருவர் தங்களுக்குள்ளாகக் கெஞ்சிக் கொண்டிருப்பதைப் போலப் பார்த்துக் கொண்டிருந்தார்கள். இரு வீட்டிற்குமான சொற்ப எண்ணிக்கையிலான உறவுகளின் தொடர்ச்சியான பேச்சுக்களும், காரணங்களும், சிரிப்புகளும், பதில்களுமான உரையாடல்களின் கடைசியில் சற்று தடித்த பழைய ரூபாய் தாள்கள் கட்டின் ஒரு கனத்த பகுதி அவளது வருங்கால மாமனாரின் கைகளுக்குள் வந்து சேர்ந்திருந்தது. அவரதை உற்சாகம் நிறைந்த முகத்துடன் திருப்தி வரும் வரை திரும்பத் திரும்ப எண்ணிக்கொண்டிருந்தார். திருமணத்திற்கான செலவு வரைவுகள் மிகச் சிக்கனமானதாகவும் இரு வீட்டாரும் பிரித்து பகிர்ந்து செய்துகொள்ளும் படியும் பேச்சில் ஒப்பந்தமானது. வசந்தி எல்லோருக்கும் மீண்டும் ஒரு முறை வணக்கம் சொல்லி அந்த சிறிய சபையினர் முன்னிலையில் மாப்பிள்ளையின் காலில் விழுந்து ஆசிர்வாதம் வாங்கி எழுந்துகொண்டாள். வரக்கருப்பட்டி கலந்த காபித் தண்ணிர் எல்லோருக்கும் வழங்கப்பட்டது. கிளம்பும் போது வாசலருகில் நின்று வசந்தியிடம் சிரித்தபடி சொல்லிவிட்டுச் சென்றான் மூர்த்தி.

***

அவர்கள் சென்ற பிறகு உதிர்ந்து கிடந்த தனது மல்லிகைப் பூக்களில் சிலவற்றை எடுத்துத் தன் உள்ளங்கையில் வைத்து வீட்டின் ஒரு மூலையில் அமர்ந்து வெகு நேரம் பார்த்தபடியிருந்தாள் வசந்தி. அப்பூக்களிலிருந்த மனம் மூர்த்தியின் அருகாமையிலான நெருக்கத்தின் வாசனையை அவளின் நாசிக்குள் நுழைத்தது. இன்று அதிகாலையிலேயே உதிரி மல்லிகைப் பூக்கள் நிறைந்த பொட்டலமொன்றை ஒரு சிறுவனின் கைகளில் கொடுத்து வசந்தியிடம் சேர்த்திருந்தான் மூர்த்தி. நீண்ட நாள் ஆசைகள் நிறைவேறிடும் ஒரு மகிழ்வின் எல்லையற்ற தன்மையை ஒவ்வொரு இழையாய் அவள் அனுபவித்துக் கொண்டிருந்தாள்.

ஓட்டேரியில் சிவப்புக் கூரை ஓடுகளும், செங்கல்களும் செய்யும் சிறிய கம்பெனியில் மணல் மிதிக்கும் வேலைக்குச் சென்று வந்த பொழுதுகளில் மூர்த்தி அவளுக்கு அறிமுகமானான். அவனது சிறிய கண்களில், பயந்துகொள்ளும் சுபாவம் தெரிந்தது. அரும்பிய மீசையினூடான கறுப்பு முகம் கொண்ட ஒடிசலான உடலமைப்பு. பெரிய காலர் கொண்ட வெந்தய நிற டெரி காட்டன் சட்டையும், கால் முடியும் இடத்தில் பரந்திருக்கும் பெல்பாட்டம் பேண்டும் அணிந்துகொண்டு தினந்தோறும் அவளது பின்னால் வந்துகொண்டிருந்தான். ஓர் ஏக்கத்தில் தெரிந்திடும் முகபாவனைகளுடன், அவளது தலைமுடியின் குஞ்சங்கள் ஆடும் பின்புறத்தைப் பார்த்தபடியே சாலையில் நடந்து வந்து தெரு பிரியும் முனையில் நின்றுவிடுவான். கருவேலம் மரங்கள் நிறைந்த அச்சாலையிலிருந்து இறங்கி அவளது தெருவிற்குள் கடைசியாகத் திரும்பும் போது கொஞ்சம் நின்று திரும்பி அவனை ஒரு முறை பார்த்துவிட்டே பிறகு நடையைத் துவங்குவாள் வசந்தி. மூர்த்தி, அவளது அந்தக் கடைசிப் பார்வையின் வசீகரத்தில் கிறங்கிக் கிடந்தான்.

அந்தச் சிறிய ஊரில் ஒருவருக்கொருவர் நல்ல அறிமுகமும் பழக்கமுமிருந்தது. ஒரே பிரிவைச்சேர்ந்தவர்களின் வகையறாக்களால் பெரும்பாலும் அந்தப் பகுதி நிறைந்திருந்தது. மூர்த்தியின் வீட்டுக்காரர்கள் வசந்தியைப் பெண் கேட்டு வந்த போது விசாரித்ததில், எல்லோரும் வெவ்வேறு காலத்தில் வடதமிழகத்தின் சில பகுதிகளிருந்து இந்த நிலப் பரப்பிற்குப் பஞ்சம் பிழைப்பதற்கும், பிற வேலைகளுக்குமாகப் புலம்பெயர்ந்திருந்தது தெரியவந்தது. சிறிய நிகழ்வாகத் திருமண

நிச்சயத்தையும், தேதியையும் குறித்து மகிழ்ச்சிகள் நிரம்ப பேசி முடித்திருந்தனர். மூர்த்தியும் வசந்தியும் இளமையின் கனவுகளுடன் மிதந்து கொண்டிருந்தனர்.

மகளது திருமணத்திற்கானப் பணத் தேவைகள், கையிருப்பிற்கும் மேலாக வருவதை வசந்தியின் அப்பா தனது நண்பன் பூவண்ணனுடன் சேர்ந்து கணக்கிட்டு அந்தத் தொகையை அடைவதற்கான முயற்சியில் வேலை தேடி அலைந்த சமயத்தில்தான் அந்த பிரம்மாண்டமானப் பாலம் கட்டுமானப் பணியில் ஏஜென்சி மூலமாக வேலை கிடைத்தது. அதில்தான் தங்களை ஈடுபடுத்தி இரவு பகலாக வேலை செய்து வந்தனர். கடைசியில் உடம்பெல்லாம் கம்பிகள் குத்திக் கிழித்துப் பிணமாகவும், உடலுறுப்புகளிழந்தும் வீடு வந்து சேர்ந்தனர். துயரங்கள் பரவி வசந்தி நிலைகொள்ள முடியாமல் மயங்கிச் சரிந்து போனாள்.

எல்லாவற்றையும் ஒரு முறை தனது மனத்திரையில் ஓடவிட்டு ஆசுவாசம் அடைந்தவளாகப் பெரும் மூச்சொன்றை விட்டாள் வசந்தி. பெரும் துயரங்கள் நிரம்பிய அந்தப் பொழுதுகளில் மூர்த்தி அவளுக்குப் பெரிய ஆறுதலாக இருந்ததை வசந்தி தனது மனதின் இரகசிய அறைகளிலிருந்து எடுத்துப் பார்த்தாள். சற்று பயந்த சுபாவம் கொண்ட அவன் யாருக்கும் தெரியாமல் சில கடுதாசிகளையும், சிறுசிறு பொருட்களையும் அவளுக்கு அனுப்பிக்கொண்டிருந்தான். சிலமுறை கருவேலம் மரங்கள் சூழ்ந்த பகுதிகளில் சந்திக்கும் வாய்ப்புகளில் நம்பிக்கையாய்ப் பேசி அவளது அழுகையையும் துயரத்தையும் கைமாற்றிப் பகிர்ந்துகொண்டான். துயரத்தின் ஒரு முனையில் அமிழ்ந்து கிடந்த அவளை கை கொடுத்துத் தூக்கிவிட்டான். அதிலிருந்த துளிர்த்த மீதி நம்பிக்கையைத்தான் தனக்கான மீதி வாழ்க்கை முழுவதற்குமானதாக மனதிற்குள் சொல்லிக்கொண்டாள். நினைவு திரும்பியவள், மாலை கடந்து உருவாகியிருக்கும் மெல்லிய இருள் அப்பிக்கிடந்த வீட்டைப் பார்த்தாள். எழுந்து திரியைத் திருப்பி விளக்கைப் பற்ற வைத்தாள். புகைப்படத்திற்கு முன்பாக அணைந்திருந்த அகல் விளக்கை சரிசெய்து பற்ற வைத்துத் திரியைச் சற்று வெளியே இழுத்துவிட்டாள். அது சிறிய ஒளியில் மினுங்கத்துவங்கியது. வசந்தியின் கண்களில் அந்த ஒளி பரவிக்கொண்டிருந்தது.

3

வசந்திக்கு ஆண் குழந்தை பிறந்திருந்தது. தன்னிலிருந்து பிரிந்து வந்திருந்த அந்தச் சிசுவின் பால்மணக்கும் வாடையில், அதுவரை தான் அனுபவித்திருந்த இழப்புகளின் எல்லா வலிகளிலிருந்தும் விடுதலையாகி மனம் நெகிழ்ந்து கிடந்தாள். பூவிதழினும் மெல்லியதான வடிவத்தில், சற்று ஒடுங்கிய முகமும் சிறிய கண்களுமாகத் தனது அப்பாவே தனக்கு மகனாகப் பிறந்திருப்பதாக நினைத்துப் பூரித்து மகிழ்ந்தாள். அழுகையும் ஆச்சர்யமுமாக மூர்த்தியிடம் திரும்பத் திரும்ப அதைச் சொல்லியபடியேயிருந்தாள். பார்வையற்ற பூவண்ணன் குழந்தையை இடது கையால் தடவி முகர்ந்தான். வந்திருக்கும் புதிய உயிரிலிருந்து தனது நண்பனின் பழைய வரைபடத்தை மனதிற்குள் முழுவதுமாக வரைந்து பார்த்தான். நிஜத்தில் வாழ்வின் வேர்களை யாருக்கும் தெரியாமல் இறைவன் எப்படிப் பிணைத்திருக்கிறான் என்பதன் புதிரை அதிசயமாக உணரத் துவங்கினான். மெல்லிய அதன் விரல்களைத் தொட்டுப் பிடித்து, காலம் முழுவதுமாகக் காத்துக்கொண்டிருந்த ஒருவனுக்கான மொத்த பிரியத்தையும் அக்குழந்தையினுள் ஏற்றிவிட்டான். நொறுங்கிய குரலில் தன் நண்பன் குறித்து அக்குழந்தையிடம் அவன் பேச ஆரம்பித்த போது அதன் சிறிய முந்திரிக் கண்கள் அவனது கருத்த, சுருக்கங்கள் விழுந்த முகத்தை உன்னிப்பாகப் பார்த்துக்கொண்டிருந்தது. தனக்கான சிறிய ஞாபகங்களின் வரிசையில் அந்த முகத்தை நிரந்தரமாகச் சேமித்துக்கொண்டது. தனது சிறிய பாதங்களின் மென்மைகளைக் கொண்டு அவனது துண்டான வலது கையின் முனையிலிருக்கும் நிரந்தர வலியைத் தொட்டுப்பார்த்தது. சிசுவின் உரசலில் பூவண்ணன் கரைந்து போகத்துவங்கினான். உணர்வுகளின் ஒரு பெரும் குவியல்களினூடாக வசந்தியும், மூர்த்தியும், பூவண்ணனும், குழந்தையும் ஒரு புள்ளியில் உடைந்து அழுவது போலிருந்தது அந்த நொடி.

4

கர்த்தரை செபித்துக்கொண்டிருந்த கைகளுக்கு அருகில் உடலைக் கிடத்திச் சாய்ந்து உட்கார்ந்துகொண்டான். ஆட்களின் நடமாட்டம் குறைவாகயிருந்த அந்த

நடைமேடையில் மதிய வெய்யிலின் உஷ்ணம் பரவித் தவழ்ந்திருந்தது. இருப்புப் பாதைகளின் கம்பிகளில் அது பிரதிபலித்தது. மதிய உணவை முடித்திருந்த அந்த பார்வையற்ற ஜோடி சிறிய நிழலுக்குள் தங்களது உடலை சுருக்கியபடி உட்கார்ந்திருந்தனர். ஓரமாகயிருந்த அவர்களது ஒரு பையில் விற்பனைக்கான பென்சில், பேனா மற்றும் இதரவைகளின் கட்டுகளுக்கிடையில் துறுத்தியபடி வெளியே தெரிந்த சிறிய நாய் பொம்மையொன்றை அவன் வெறித்து பார்த்தபடி அமர்ந்திருந்தான். அவர்களது குழந்தைக்காக வாங்கி வைத்திருப்பார்கள் என நினைத்துக் கொண்டான். எப்படி ஒரு தாய்க்கு தன் குழந்தையின் மீதான பாசம் முழுவதுமாக மாறி வெறுப்பாக துளிர்த்துக்கொள்கிறது என தனக்குள்ளாகவே கேள்வி கேட்ட படி கண்களை இறுக்கமாக மூடிக்கொண்டான். வெய்யில் அவனது காலின் வழியாக ஏறிக்கொண்டிருந்தது. அத்தனை பாசம் பொங்கிய மனதுடன் வளர்த்த தன் பிள்ளையை, கண் கொண்டு பார்ப்பதையே அருவருப்பாக உணர்வதான நிலைமைக்கு உள்ளாக்கும் இந்த இயற்கையின் பூடகமான மாற்றங்களை என்னவென்று சொல்வது எனத் தெரியாமல் குழம்பிக்கொண்டிருந்தான். நிலைகொள்ள முடியாத கோபமும், குழப்பமும், எரிச்சலும் அவனை முழுவதுமாக நிலைதடுமாற வைத்தன. கண்களை இறுக மூடிய படி கிடந்தாலும் அதற்குள் தனது தாயின் முகமும், தங்கையின் முகமுமே மாறி மாறி வந்து கொண்டிருந்தன. அவனால் அவர்களை வெறுப்பினூடாகப் பார்க்கவே முடியவில்லை. ஆனால் அவர்கள் ஏன் தன்னை இவ்வாறு ஒரே அடியாக வெறுத்து ஒதுக்குகிறார்கள் என்பதை அவனால் முழுவதுமாக புரிந்துகொள்ள முடியவில்லை. புகைபடிந்த நினைவுகளுக்குள் மீண்டும் மீண்டும் நுழைந்து திரும்பிக்கொண்டிருந்தான். அது முழுவதும் அழுகையும், வெறுப்பும், இரக்கமற்ற கேள்விகளும், துயரங்களுமாகவே நிறைந்திருந்தது. மூடிய கண்களின் வழியே கண்ணீர் எல்லையற்றுப் பெருகி வழிந்துகொண்டிருந்தது. விசும்பல்கள் கூடித் தன்னிலையில்லாமல் தொடர்ச்சியாக உடல் நடுங்கினான். அருகிலிருந்த பார்வையற்ற பெரியவர் அவனது கேவல்களால் மனமுடைந்து அவனைத் தடவித் தொட்டுப் பார்த்தார். சட்டை நனைந்திருந்தது.

"உன் பிரச்சினைகள் இனி ஒவ்வொன்றாகச் சரியாகும், அழாதே, தேவனே உண்மையான அரவணைப்பு, உன் சங்கடங்களை அவனிடம் சொல்லு" என்றார்.

அவன் அமைதியிழந்து கிடந்தான். வெறுப்புகளை மறப்பதற்கான வழிகளைத் தேடிக்கொண்டிருந்தான். அவனிடம் பேசுவதற்கென ஒருவர் கிடைத்திருப்பதை மிகவும் ஆதரவான ஒன்றாக நினைத்தான். சற்று நகர்ந்து அவரருகில் தன்னைச் சரிசெய்து கொண்டு அமர்ந்தான்.

"எல்லாத் துன்பங்களுக்குமான வரையறைகள் இங்கு ஒன்றுதான், கர்த்தரை நெருக்கமாக அடைந்து கொள்வதற்கான வழியை அதுவே நமக்கு உருவாக்கித் தரும்" அவரே தொடர்ந்து சொல்லியபடி இருந்தார்.

அவனது விம்மல்கள் சன்னமான குரலில் மாறியிருந்தது. அவரது பார்வையற்ற மனைவி விற்பனைக்கான பென்சில், பேனாக்கள் நிறைந்த கவர்களை ரப்பர்களால் சுற்றி தயார் செய்து பையில் போட்டுக்கொண்டிருந்தாள்.

"ஒருவர் நம்மை வெறுக்கின்ற போதும் அவர்களுக்காகவும் சேர்த்து நாம் ஜெபிக்க வேண்டும் அதுவே அன்பின் அசலான நிலைத்தன்மை" எனத் தழுதழுக்கும் குரலில் சொன்னார். இப்போது அவன் அவருக்கு மிகஅருகில் வந்து அவரது இடது தோளில் சாய்ந்துகொண்டான்.

"ஒருவருக்கென ஒருவர் பரஸ்பரம் தேவையாக இருக்கின்ற இந்த உலகில், உனது தேவைக்கும், உனக்கான தேவைக்குமான நபர்களை நீ நிச்சயமாக எதிரெதிரே சந்திக்கவே செய்வாய், அதுவே உண்மை" தீர்க்கமான குரலில் சொன்னார். அவனுக்கு மீண்டும் அழுகை பொங்கிக்கொண்டு வந்தது.

"நான் யாருக்கும் இங்கு தேவையற்றவனாக இருக்கிறேன். எனக்கு வாழ்வதற்குப் பிடிக்கவில்லை" என அழுதபடியே சொன்னான். குரலில் கொஞ்சம் இழுவைக் கூடி வந்தது.

"அழாதே, என்னை விடவா நீ துன்பங்களை அடைந்து விடப்போகிறாய். எனது கண்முன்னே எனது நண்பனைப் பலி கொடுத்திருக்கிறேன், அதே விபத்தில் என் இரண்டு கண்களையும், வலது கையையும் இழந்திருக்கிறேன்.

வாழ்வின் மீதான நம்பிக்கைகள் முழுவதையும் இழந்து வெறுமையில் மனப்பிறழ்வு கண்டு தற்கொலை வரை சென்று திரும்பியிருக்கிறேன். வாழ்வு அதன் இரகசியங்களை நமக்கான வேதனைகளிலேயே கட்டிக்கொடுக்கிறது."

துளிர்த்த அழுகையில் தொண்டையைச் செருமியபடி அவரே தொடர்ந்தார்,

"இறந்த எனது நண்பனின் மகளுக்குப் பிறந்த குழந்தையில் எனது நண்பனையே பார்த்தேன். என் வாழ்வில் வழிநெடுக முளைத்திருந்த துயரங்களையும், வேதனைகளையும் கடந்து செல்வதற்கு.. மென்மையான அக்குழந்தையின் பாதங்களே போதுமானதாக இருந்தது. ஒரு நொடியில், ஒரு நிகழ்வில் எனது வாழ்வை மாற்றிக்காண்பித்த அந்த அதிசயத்தை நீ நம்பாமலும் போகலாம் ஆனால் அதுதான் உண்மை. உனக்கும் நடக்கும் காத்திரு..."

அவன் அவரது வலது கையின் துண்டிக்கப்பட்ட முனையைத் தடவிய படி, கொஞ்சம் துணுக்குற்று

"நான் நம்புறேன் தாத்தா, நீங்கள் எனக்காகவும் வேண்டிக்கொள்ள வேண்டும்" என்றான். சிறு அமைதியின் தன்மையில் அவனது சொற்களிருந்தன.

"நான் முறையான கிறுஸ்துவனல்ல, இங்கு எல்லாமே ஒன்று தான், நாம்தான் நமக்குத் தகுந்தாற் போலப் பெயர்களை வைத்துக்கொண்டிருக்கிறோம். பரவாயில்லை அதில் ஒன்றும் பிரச்சனையில்லை" என்றவர் மேலும் 'கதையைக் கேளு' என்று சொல்லத் துவங்கினார்.

"மூன்றரை வயது வரை அந்தக் குழந்தையின் மீது என்னிடமிருந்த எல்லா அன்பையும் கொட்டி வைத்திருந்தேன். பார்வைகள் இல்லையென்றாலும் அதன் ஒவ்வொரு அசைவையும் என் நுண்ணுணர்வைக் கொண்டு உணர்ந்து வைத்திருந்தேன். அவனை என்னிடம் கொடுத்து விட்டுத்தான் அவனது அம்மா வீட்டு வேலை செய்வாள், ஒரு துளி அழுகையிருக்காது. நான்தான் அவனை எனது ஒரு கையிலேயே தடவியபடி கவனித்துக்கொள்வேன். ஒவ்வொரு நிகழ்விலும் நெருக்கமாகி அக்குழந்தையின் இரண்டாவது தாயாகவே நான் மாறியிருந்தேன். திடீரென ஒரு நாள் அவனது தந்தை,

அவனுக்குத் திருவள்ளூர் அருகில் புதிதாக முளைத்திருக்கும் பெரிய கம்பெனியொன்றில் ஒப்பந்த அடிப்படையில் வேலை கிடைத்திருப்பதாகவும், அவர்களனைவரும் குடும்பத்துடன் மொத்தமாக அங்கு சென்று குடியேறப் போவதுமாகச் சிரித்தபடியே செய்தியாகச் சொன்னான். நான் அதிர்ந்து மனமிறுகிக் குறுகிப்போய்விட்டேன்." என்றபடி கொஞ்சம் நிறுத்தி மூச்சு வாங்கிக்கொண்டார். அவரது பார்வையற்ற மனைவி வெளியை வெறித்த படி கர்த்தருக்கான பாடலொன்றை முனகிக்கொண்டிருந்தாள்.

ஆர்வம் தாங்காத மென் குரலில் அவசரமாக "அப்புறம் என்னாச்சு" என்றான்.

"சில நாள்களில் அவர்கள் அந்த இடத்தை விட்டுச் சென்றுவிட்டார்கள். நான் மீண்டும் இரண்டாவது முறையாக மனப்பிறழ்வு கொண்டு தடுமாறத்துவங்கினேன். அக்குழந்தையின் மென்மையை எனது இருண்ட விழிகளை மூடியபடி தேடிக்கொண்டிருந்தேன். நெடும் நாள்கள் சாப்பிடவில்லை, தூக்கமுமில்லை ஒரு சிறு குன்றின் அமைதியைப் போல உறைந்து போயிருந்தேன். எந்தவிதத் தொடர்புமற்று திடீரென மறைந்து போய்விட்ட அந்தக் குழந்தையின் நினைவுகளால் நான் துயருற்றுக் கிடந்தேன். வெளியிலிருந்து பார்ப்பவர்களுக்கு ஒரு குழந்தைக்கான இந்தப் பிரிவில் நான் இவ்வளவு துயரமடைவதற்கான காரணங்கள் ஆரம்பம் முதல் முழுவதுமாகவும், சரியாகவும் தெரியாது. அக்குழந்தையுடனாக எனக்குள் பிண்ணிக்கொண்டிருக்கும் நெடும் தொடர்பென்பது எனது எல்லா நரம்புகளிலும் இரத்தங்களிலுமான வாழ்வோடு ஒரு விசித்திரத் தன்மையின் புதிர் நிறைந்தது. அதைத்தான் நான் ஒவ்வொரு நாளும் அனுபவித்துக் கொண்டிருந்தேன். அதிலிருந்து ஒரு போதும் என்னால் அறுத்துக் கொண்டு வெளியே வரவே முடியவில்லை. எனது முதல் மனைவி எனது புதிய புதிய செய்கைகளால் மிகவும் பயந்துபோனாள். நான் பார்வைகளை இழந்து விபத்திற்குள்ளானதிலிருந்தே எனக்கும் அவளுக்குமான உறவில் சீரான தன்மை அறுந்து போயிருந்தது. எங்களுக்குக் குழந்தையில்லாததும் அதற்குக் கூடுதலான ஒரு காரணம். பிறகு ஒரு நாள் அவளும் என்னைத் தனிமையில் விட்டுவிட்டுச் சென்றுவிட்டாள். தற்கொலைக்கென ரயில் தண்டவாளத்தில் விழப்போன போது இவளது சுற்றத்தார்கள்

தான் என்னைக் காப்பாற்றினார்கள்” என்ற படி பார்வையற்ற தனது இரண்டாவது மனைவியை நோக்கிக் கை நீட்டிய போது தனது பழைய கறுப்பு கண்ணாடியைக் கழற்றிக் கண்ணீர் பரவியிருந்த, தழும்புகள் நிறைந்த கண்களையும் முகத்தையும் கைகளால் மொத்தமாக வழித்து எடுத்தார். முழுவதுமாக அந்த முகத்தைப் பார்த்தபோது, சில நொடிகள் அவனது விழிகள் அசைவற்று நின்றிருந்தன. உயிர் நரம்பின் தனித்த துடிப்பை உணர்வது போலிருந்தது அவனுக்குள். மிகச் சில நொடிகளில் அவனுக்குள் பரவி எல்லையற்ற ஒரு வெளிக்குள் அவனது மனது அலைந்துகொண்டிருந்தது. அவனுக்கு அம்முகத்தை எங்கேயோ எப்போதோ பார்த்து சிரித்து, தொட்டு உணர்ந்த நன்கு பரிட்சயமான முகம் மாதிரி தெரிந்தது. கணக்கற்ற தன் ஞாபகங்களின் குவியல்களிலிருந்து சிலவற்றை தனியாக எடுக்க முயன்று ஒரு கட்டத்தில் தளர்ந்து போனான். ஒருவேளை அவர் சொல்லிக்கொண்டிருந்த நிகழ்வுகளால் மிகவும் உணர்ச்சி வசப்பட்டுக் கிடந்ததால் தனக்குள் அப்படித் தோன்றியிருக்கலாம் என்று நினைத்துக்கொண்டான். அவர் தொடர்ந்தார்,

“இவளது சுற்றத்தார்கள்தான் என்னைப் பார்த்துக் கொண்டார்கள். நான் கொஞ்சம் கொஞ்சமாகப் பழைய நிலைமைகளை மறந்து இயல்பிற்குத் திரும்பினேன். இவளது கணவன் இவளை விட்டு பிரிந்து சென்றபோது, வயதிற்கு வந்த பெண்குழந்தையொன்றும் இவளுக்கு இருந்தது. நான் இவர்களை மனதார ஏற்றுக் கொண்டேன். இதுதான் இப்போது வரையிலான எனது கதை. எங்களுக்கு நான்கு வயதில் பேத்தியொருத்தி வீட்டில் இருக்கிறாள், பெரிய வாயாடி! அவளிடம் பேசிய படியும், அவளைத் தொட்டுத் தடவிக்கொண்டும் மீதி வாழ்வை வாழ்ந்துகொண்டிருக்கிறோம். இவற்றை விற்றுப் பிழைக்கிறோம். அன்பில் எந்தக் குறைவுமில்லை. நாம் கடந்து போக வேண்டிய துயரங்களுக்குள்ளிருக்கும் ஒவ்வொரு நூலிழைகொண்ட நரம்பும் அதற்கு இணையான வேறொரு நிகழ்விற்கான மகிழ்ச்சிகளின் பாதைகளையே ஏற்படுத்திக் கொடுக்கும். அதை நாம் உறுதியாக நம்ப வேண்டும் அவ்வளவுதான். வாழ்வின் புதிர் என்பதும், முழுமை என்பதும் எதிர்பாராத ஒரு தருணத்தில் நாம் சந்திக்கப்போகும் ஆச்சரியத்திலும், விபத்திலும் தான் புதைந்திருக்கிறது. நீ உன்னை முழுவதுமாக விரித்துக் கொள்வதிலும், சுருங்கிக் கொள்வதிலும்தான்

அவற்றின் சாத்தியங்களும், போதாமைகளும் உருவாகின்றன. உன் எல்லா நிலைகளும் இங்கு மாறக்கூடியவையே... நம்பிக்கையோடு இரு” என்று முடித்தார். அவனது முதுகைத் தட்டிக் கொடுத்தார். வெய்யில், நடைமேடையின் கூரையில் அடித்துக் கொண்டிருந்தது. அவன் கொஞ்சம் தடுமாற்றத்துடன் இருந்தான். பேசுவதற்கு முன்பாகவே அவனது உதடுகள் அசைந்துகொண்டிருந்தன. மனதிற்குள் படர்ந்திருக்கும் அலைச்சலின் ஒரு வடிவத்திற்கு மிக அருகிலான சாயலைப் போலிருந்ததது.

“நீங்கள் சொன்னதில் அடித்தளமாகத் தூய அன்பின் வடிவமொன்று இருந்தது, இப்பொழுது நான் எதிர்பார்த்துக் காத்திருப்பதும் அதற்குத்தான்...” என்று முடிக்க முடியாமல் அழத் துவங்கினான். குரலில் பெண்மையின் மெல்லிய நளினமும், ஏக்கமும் தனியாகத் தெரிந்தது.

“மகனை வெறுக்கும் அம்மாவை, அண்ணனை வெறுக்கும் தங்கையை நீங்கள் இது வரை பார்த்திருக்கவில்லையென்றால் என்னைப் பார்த்துக்கொள்ளுங்கள்” என்றான். அவரது மனைவி இரயிலின் வருகையை உறுதிபடுத்திக் கொண்டு அவர்களருகில் வந்தாள். அவன், அவர்களைத் தனது இரு கைகளால் பிடித்தபடி இரயிலில் ஏறுவதற்காகத் தயாராகிக் கொண்டான்.

“அப்படி என்ன பிரச்சினைகள் உங்களுக்குள்...” என்ற போது சென்னை செண்ட்ரலுக்கான புறநகர் இரயில் ஒன்று வந்து நின்றது. ஒரு பெட்டியில் ஏறி வலது புறமாக வாசலுக்கருகில் காலை நீட்டிய படி உட்கார்ந்துகொண்டனர். வரப்போகும் எல்லா நிறுத்தங்களும் இடது புறமானதென்பதால் இந்த உத்தியை அவர் சொன்னார். அவரது மனைவி தனது விற்பனைப் பையைத் தோளில் மாட்டிக்கொண்டு மெதுவாக அசைந்து விற்பனைக்காக முன்னோக்கி நகரத் துவங்கியிருந்தாள்.

“அப்படி என்ன பிரச்சினைகள் உங்களுக்குள்...” மீண்டும் கேட்டார்.

“எனது ஏழாவது வயதில் என் தந்தை அவரோடு வேலை பார்த்த பெண்ணொருத்தியோடு வீட்டை விட்டு ஓடிப்போனார். சில நாள்களாகவே வீட்டில் அம்மாவோடு

தொடர்ச்சியாகச் சண்டைகள் நடந்துகொண்டுதான் இருந்தது. இரண்டாவதாகப் பிறந்திருந்த தங்கைக்கு வயது இரண்டு என நினைக்கிறேன். தொட்டியில் அழுதபடியிருக்கும் அவளை அம்மா கவனிக்காமல் வீட்டின் ஒரு மூலையில் தன்னைக் கிடத்திக்கொள்வாள். நான் தான் தங்கையைத் தூக்கிக்கொண்டு சென்று அம்மாவிடம் கொடுப்பேன். அம்மா அவளைத் தட்டிக்கொடுத்தவாறு அப்பாவிற்குப் பதில் சொல்வாள். அதில் கொஞ்சம் பொறுமையின் தன்மையிருக்கும். அப்பாவின் குரல் போலக் கத்தி அடங்காமல் அவரை சமாளிப்பாள். முழித்தபடி மடியில் கிடக்கும் தங்கையின் பாதத்தை நான் தடவியபடி கூசிவிடுவேன் குண்டு கண்ணங்கள் நெளிய அவள் பிரமாதமாகச் சிரிப்பாள். அப்பா மீண்டும் கத்தும் போது வெடுக்கெனப் பயந்து உள்ளொடுங்குவாள். நான் அம்மாவின் தோள்களைப் பிடித்துக்கொள்வேன்" என்று அவன் சொல்லி முடிக்கும் போது, அடுத்த நிறுத்தத்தில் வண்டி நின்று கிளம்பியது. அவரது மனைவி விற்பனைக்காக அடுத்த பெட்டிக்குச் செல்வதாகவும், முடித்து விட்டுத் திரும்புவதாகவும் சொல்லிச் சென்றாள்.

"அப்பா அம்மா பிரச்சினை எல்லா வீட்டுலையும்தான இருக்கு, பாத்துக்கலாம்" என்றவரை அவசரமாகத் தடுத்துத் தொடர்ந்தான்.

"அம்மா, அருகிலிருந்த சிறிய கம்பெனியொன்றில் துப்புரவு வேலைகளுக்கான பிரிவில் முதல் நிலை மேற்பார்வையாளராக வேலை செய்து வந்தாள். சின்ன நிலையில் தொடங்கி இங்கு வந்து நின்றிருந்தாள். ஆனால் அப்பா, அவளை அலுவலக மேலாளரோடு தொடர்புபடுத்திப் பேசினார். எனக்கு அந்த வயதில் அது குறித்து ஒன்றும் தெரியாது. அவர்களது நிறைய பேச்சுக்கள் சண்டையின் போது எனக்குப் புரியவில்லைதான். ஆனால், அப்பா வீட்டைவிட்டுப் போன பிறகும் அம்மா எப்போதும் போல்தான் இருந்தாள். எங்களை நன்றாகப் பார்த்துக் கொண்டாள். நான் கவனித்த வரை அவளது நடவடிக்கைகளிலும், பண்புகளிலும் எந்தவொரு மாற்றமுமில்லை" என்றவன் கொஞ்ச நேரம் அமைதியாக இருந்துவிட்டுப் பிறகு தொடர்ந்தான். அவர் அவனது அசைவைக் கைகளால் உணர்ந்து தலையை ஆட்டிய படி

கேட்டுக்கொண்டு வந்தார். அவனது இதயம் கொஞ்சம் சீரற்றிருந்ததை அவர் உணர்ந்திருந்தார்.

"சில வருடங்களில் எனக்குள்தான் மாற்றம் உருவாகி வந்தது. முதலில் குரலில் கொஞ்சம் பெண்மையின் சாயல் வந்திருந்தது. அந்தக் காலகட்டத்தில் வீட்டிற்குள் மிகவும் சொற்பமாகப் பேசிச் சமாளித்தேன். வெளியில் எல்லோரும் கிண்டல் செய்தனர். இது தான் எனது முதல் அவமானம். எப்போதும் என்னைச் சுற்றிச் சுற்றி வரும் என் தங்கை இந்த விசயத்தை அம்மாவிடம் சொன்னாள். அவள் விசாரித்தபோது நான் அழுதபடி நின்றிருந்தேன். அம்மா அருகிலிருந்த மருத்துவரிடம் இரண்டு நாள்களுக்குப் பிறகு அழைத்துச் சென்றாள். மருத்துவர் என் உடல் முழுவதுமாகப் பரிசோதித்து விட்டு, ஒரு காகிதத்தை நீட்டிச் சத்தமாக வாசிக்கவும், பாடவும் சொன்னார். நான் அவ்வாறு செய்தபோது எனக்கே என் குரலின் மாற்றங்கள் தெரிந்தன. அம்மா தலையில் கையை வைத்து உட்கார்ந்திருந்தாள், கூட வந்திருந்த என் தங்கை பெரிதாகச் சிரித்தாள். எனக்கு அவமானமாகயிருந்தது. நான் கூனிக் குறுகிய படி நின்றேன்" என்றவன் அவரை நோக்கி "இதற்கு நான் எப்படி நேரடியான காரணமாவேன்" எனக் கத்தினான். அருகிலிருந்த பயணிகள் அவனை ஒரு முறை வியந்து பார்த்துவிட்டுத் திரும்பிக் கொண்டனர்.

"எனக்குப் புரிகிறது, உன் வேதனைகள் மிகக் கொடியது தான், ஆனால் நீ தனிமை பட்டுக்கொள்ள வேண்டாம், நாங்களிருக்கிறோம்" என்றார். அவன் மெலிதாக அழுதபடியே தொடர்ந்தான்,

"மருத்துவர் என்னையும், தங்கையையும் வெளியே அமரச் சொல்லி விட்டு, அம்மாவிடம் நிறைய நேரம் பேசிக்கொண்டிருந்தார். நான் அருகிலிருந்த பெண்ணொருத்தியின் ரவிக்கையின் மீது கவனத்தைக் குவித்தேன். அன்றிலிருந்து அம்மா என்னிடம் சரியாகப் பேசுவதில்லை. அவள் என்னை அணைத்துக்கொள்ள வேண்டும், ஆறுதல் படுத்த வேண்டும், என்னை அப்படியே ஏற்றுக்கொள்ள வேண்டும் என்று நினைத்து உருகினேன் ஆனால் அது நடக்கவில்லை. எனக்கான ஒவ்வொரு நிலையிலும் அன்பைப் பொழிந்துகொண்டிருந்தவள் திடீரென அதை நிறுத்திய வன்மத்தை என்னால் புரிந்துகொள்ள முடியவில்லை. நான் அவளுக்கு ஒவ்வாத சதைப் பிண்டமாக

மாறியது எப்படி...? பள்ளிக்கும் செல்லவிடாமல் தடுத்து விட்டாள். வீட்டில் என்னைப் பார்க்கும் ஒவ்வொரு முறையும் முனுமுனுப்பில் என்னைச் சபித்தாள். என் சாவுக்காக அவள் ஏங்கிக்கொண்டிருப்பதாகவே எனக்குப் பட்டது. எனக்குப் பதிமூன்று வயது நிறைவடைந்திருந்த போது உணர்ச்சிகளின் பெரும் விழிப்பில் குழப்பத்தில் நான் தவித்துக் கொண்டிருந்தேன். எனது ஏக்கங்கள் பல்கிப்பெருகி என்னை முழுவதுமாக முழ்கடிக்கத் துவங்கியிருந்தன. எனது தங்கையின் உடைகளின் மீதும் அணிகலன்கள் மீதும் கவர்ச்சி கூடி வந்தது. உள்ளறைக் கதவை மூடிக்கொண்டு அதை அணிந்துகொள்ளும் ஏக்கத்தில், அதன் அளவு போதாமைகளால் வியர்த்துத் தத்தளித்துக் கொண்டிருந்தேன். திடீரெனக் கதவைத் தள்ளித் திறந்து உள்ளே நுழைந்த என் தங்கை அலங்கோலமான என்னுடைய நிலையைப் பார்த்து விட்டு அதிர்ச்சியில் அம்மாவைக் கத்திக் கூப்பிட்ட படி ஓடினாள், நான் வேண்டாம்... ப்ளீஸ் அம்மாவிடம் சொல்லாதே என்று பெண் பிள்ளையொன்றின் சினுங்களைப் போலான நளினத்துடன் அவளது பின்னால் ஓடிச்சென்றேன். அம்மா என்னைக் கோபத்துடன் அறைந்து கீழே தள்ளினாள். நான் ஒரு புழுவைப் போல எனது அவமானத்துடன் சுருண்டு கிடந்தேன். அதிலிருந்து எனது தங்கையும் என்னிடம் பேசுவதுமில்லை, என் முகத்தைப் பார்ப்பதுமில்லை."

அவர் நீட்டியிருந்த கால்களை மடக்கியவாறு "எல்லாம் தீர்க்கக் கூடியதுதான், நீ ஒன்னும் கவலைப்படாதே" என்றார். அடுத்தடுத்த நிறுத்தங்களில் ஏறியிருந்தவர்களால் பெட்டி நிறைந்திருந்தது. வாசலின் ஓரத்தில் அவன் அமர்ந்திருந்தான். எதிர்க் காற்று அவனது சிகையைச் சிக்கலாக்கிக்கொண்டிருந்தது. அது அவனது தற்போதைய மனதின் சிக்கலுற்ற ஓர் அடையாளம் போலவேயிருந்தது. அவனே தொடர்ந்தான்,

"வீட்டின் தனிமையில் என் நிலைமை இன்னும் மோசமாகியது. மனதின் இறுக்கத்தை அத்தனிமை பலமடங்கு அதிகரித்தது. ஒவ்வொரு உணர்ச்சிகளுக்குள்ளும் புகுந்து அதன் கணக்கற்ற வழிகளில் சுற்றித்திரிந்தேன். அம்மாவும், தங்கையும் என்னைப் பார்க்கும் மோசமான விதத்தை தாங்க முடியாமல் ஒவ்வொரு நாளுமாக எல்லா வகையிலும் பலவீனமாக உணரத் துவங்கினேன். வெறுப்புகளைக் கக்கும் அவர்களிடம்

அன்பையும் ஆறுதலையும் கேட்டு மன்றாடிக்கொண்டிருந்தேன். அவர்களது உதாசீனங்கள் தான் எனக்கே எனது மீதான அருவருப்பையும், வெறுப்பையும் ஆழமாகக் கொண்டுவந்தது. எங்கு சென்று சேர்வதெனத் தெரியாமலும், விளங்கிக்கொள்ள முடியாமலும் அடரிருளில் நின்றிருந்தேன்." அவனது கோபங்கள் கடைசி வார்த்தையில் நிலைகொண்டிருந்தது. அவனது கலங்கிய கண்கள் ஒரு புள்ளியில் வெறித்துக் கிடந்தன.

"பிரச்சினைகளை சொல்லிவிட்டாய் பிறகு எல்லாவற்றையும் கடவுள் பார்த்துக்கொள்வார், நீ நிம்மதியாகிவிடு" என்று சொல்லும்போது, அவன் மெலிதாகச் சிரித்தபடி தொடர்ந்தான்,

"இன்று அதிகாலையே எழுந்துவிட்டேன். அம்மாவும் தங்கையும் தூங்கிக்கொண்டிருந்தனர். உணர்ச்சிகளின் பெருங்குழப்பத்திலேயே முழிப்பு வந்தது. எப்போதும் பூட்டியிருக்கும் உடை அலமாரி திறந்து கிடந்தது. மெதுவாகச் சென்று அம்மாவின் உள்ளாடையையும், ஜாக்கெட்டையும் எடுத்து வந்து போட்டுப் பார்த்தேன். நளினத்தில் கொஞ்சம் நிம்மதி கலந்து வந்தது. பிறகு பாவடையையும், சேலையையும் சத்தமில்லாமல் எடுத்து வந்து கட்டிக்கொண்டிருந்தேன். பாவாடையைக் கட்டி விட்டுச் சேலையைச் சுற்றிக்கொண்டிருந்த போது பின் தலையில் மொத்தமாகப் பெரிய அடி ஒன்று விழுந்தது. நிலைதடுமாறி கீழே விழுந்தபோது அம்மா பின்னால் நிற்பதைப் பார்த்தேன். நான் போட்டிருந்த அவளது உடைகளை வலுக்கட்டாயமாக உருவப்பார்த்தாள். நான் அவளது கையைக் கடித்துவிட்டு எழுந்து கைலியைச் சுற்றிக்கொண்டேன். வாயைக் கைகளால் பொத்தியவாறு பார்த்துக்கொண்டிருந்த தங்கை அதிர்ச்சியில் உறைந்து போயிருந்தாள். அம்மா பெரிய கம்பொன்றை எடுத்து வந்து அவளால் முடிந்த மட்டும் என்னை அடித்தாள். எனது இருப்பை மிகப் பெரிய பாவமாகச் சொன்னாள். நான் அவமானத்தால் சுருண்டு கிடந்தேன். எனது இருப்பிற்கான வலியை அவர்கள் உணரவில்லை, எனது இல்லாமையில் அதை அவர்களுக்கு உணர வைப்பேன்."

அவனது இதயத்தின் ஓட்டம் சீரற்ற வேகத்தின் தன்மையிலிருந்தது. பெரிதாகக் கூக்குரலிட்டு அழத்துவங்கியவுடன் சற்று நிதானமற்ற தொனியில் சரிந்து பெட்டியிலிருந்து ஒரு நொடியில் விலகினான். எச்சரிக்கையாகவே இருந்த அவர் தனது இடது கையால் அவனை இழுத்துப்பார்த்தார். துண்டாக்கப்பட்ட

வலது கையால் கம்பியைப் பிடிக்க முடியாமல் போகவே வலுவில்லாமல் அவனுடனே அவரும் விரைந்துகொண்டிருந்த இரயிலிலிருந்து வீழ்ந்தார். பயணிகளிடமிருந்து பெரிய கூச்சலும் குழப்பமும் எழவே ஒருவன் சங்கிலியை இழுத்தான்.

கம்பிகளில் மோதி, உணர்ச்சிகளால் நிரம்பியிருந்த அவனது தலை தெறித்துக் கிடந்தது. ஒவ்வொரு சில்லிலும் அன்பிற்காக ஏங்கிக்கொண்டிருந்த துயரத்தின் வடிவம் சிவப்பு நிறத்தில் படர்ந்திருந்தது. பார்வையற்றவனின் உடல் கொஞ்ச தூரம் வரை இழுத்துச் சென்று சரிந்து கிடந்தது. பேரதிர்ச்சியிலும் அச்சத்திலும் விட்டுவிட்டு வரும் நடுக்கமொன்று அவனுடலில் கடைசியாகச் சில நொடிகள் இருந்து மறைந்தது. பெரும் கூட்டத்தில், கணவனது பெயரைக் கத்தியபடியே, சற்றே மயக்க நிலையில் உடல்களை நோக்கி வந்துகொண்டிருந்தாள் அவரது பார்வையற்ற மனைவி. 'பூவண்ணா... பூவண்ணா...' என்ற அழைப்பிற்குப் பதிலேதுமில்லாது சூழ்ந்திருந்த வெறுமையில், யாரையோ அணைத்துக்கொள்ள விரிப்பதைப் போலக் கைகளை விரித்து பெருங்குரலில் ஓலமிட்டு அழத்தொடங்கினாள். மேகக்கூட்டங்களில்லாது மாலையில் விரிந்திருந்த நீலவானம் முழுவதுமாக அவள் மீது படிந்துகொண்டிருந்தது.

5

இன்றும், சலனமற்ற இரவின் மையப்பகுதிகளில், அந்த இருப்புப் பாதைகளின் ஓரங்களில் சற்று சரிந்தவாறு தங்களது உடல்களைக் கிடத்தி, கால்களை நீட்டியவாறு உட்கார்ந்து கொண்டு அவர்களின் தீர்ந்திடாத பெரும் வாழ்வின் முடிவற்ற கதைகளைப் பேசிக்கொண்டிருக்கும் பழுப்பு நிறத்தின் புகை படிந்த சாயல்களை நீங்கள் பார்க்க முடியும். அடர் அன்பினாலும் அதன் சாம்பலினாலும் உருவாகி வந்திருக்கும் அடர் நிறப்பழுப்பு அது.

அகழ் – மின்னிதழ் - 18.03.24.

உன் எல்லாப் பரிசுகளையும் போலத்தான்
நீயில்லாத பிரிவும்.

பிரிவு

"யாரையும் நேசிப்பதும் யாராலும் நேசிக்கப்படுவதும் மிகப் பெரிய ஆபத்தான ஒன்றாகவும் மிகப் பெரிய பொறுப்பான செயலாகவும் பல நேரங்களில் மாறிவிடுகிறது
— ஜேம்ஸ் பால்ட்வின்

1

நான் உன்னை முதன்முதலாகச் சந்தித்த போது அணிந்திருந்த பர்பிள் கலர் சுடிதாரை இப்போது நீ அணிந்து வந்திருப்பதில் ஏதோ காரணமொன்று இருக்கக்கூடுமென நினைத்துக்கொண்டேன். எப்போதும் சற்று விரிந்து உற்சாகத்தைப் பரவ விடும் உனது கண்கள் களையிழந்து சோர்வை ஒட்டிக்கொண்டு இருந்தன. சிறிய புள்ளிபோல் இருக்கும் பர்பிள் கலர் கல் பதித்த தோடு, வலது புறமாகச் சுருண்டு விழுந்தபடியிருக்கும் உன் முடிகளுக்குள் தெரிவது உன் காதுமடல்களை இன்னும் அழகானதாக மாற்றியிருக்கிறது. கொஞ்சமும் நளினம் குறைந்திடாத அளவான பாத அடிகளில், கூட்டமற்ற அந்த நடைமேடையில் நீ நடந்து வருவது உன் நிதானத்தின் எல்லையை எனக்கு உணர்த்தியது. வெய்யில் கலந்த நீலவானின் பெரிய துண்டு அந்த மெட்ரோ நிலைய நடைமேடையின் முனைகளில் விரிந்துகிடந்தது. எனக்கு, நீ அதிலிருந்து தான் வெளியேறி நடந்து வருவது போலிருந்தது.

உனக்குப் பிடித்தமான எனது சிரிப்பை அவ்வளவு இயல்பாய்க் கொண்டுவந்து, எனது கண்களைச் சுருக்கி மீண்டும் மீண்டும் மினுக்கிக் காண்பித்த படி வலது கையை ஆட்டி உன்னை வரவேற்றேன். கை குலுக்கிக் கொண்டோம். நீயும் சிரித்த மாதிரி தான் எனக்குத் தெரிந்தது. உன் கையில் கொஞ்சம் மென்மை அதிகரித்திருப்பதாக நான் ஆங்கிலத்தில் சொன்ன போது நீ உன் கண்களை விரித்து, உதடுகளைப் பிதுக்கி நக்கலாகப் பாவனை செய்தாய். எனது கையின் அமைதியிழந்த தன்மையை நீ நன்றாக உணர்வதாகத் தெளிந்த ஆங்கிலத்தில் பதிலாகச் சொன்னாய். நான் இந்த முறை தலையை ஆட்டி ஆமோதித்தேன். மெட்ரோ வருவதற்கான அறிவிப்புகளை ஒலிப்பெருக்கி வெளியிட்டுக்கொண்டிருந்தது. நாமிருவரும் நடைமேடையின் இரு முனைகளிலும் விரிந்திருக்கும் நீலவெளியை வெவ்வேறு திசைகளில் தனித்தனியாக வெறித்தபடியே நின்றிருந்தோம். வாழ்வின் சூட்சமங்களை விளங்கிக்கொள்ள முடியாத சில தருணங்களில், நாம் எப்போதும் எதையோ வெறித்தபடிதான் நின்றிருப்போம்.

ஒரு வருடத்திற்குள்ளாகவே முடிவுக்கு வந்திருக்கும், அதுவும் இருவருமாகப் பரஸ்பரம் துல்லியமாகப் பேசி, விவாதித்து வந்திருக்கும் இந்த முடிவில் எனக்குச் சின்னச் சின்ன வருத்தங்கள் தவிர, பெரிதாக மனக்குறையோ, கோபங்களோ எதுவும் இல்லை. ஓர் உறவிலிருந்து விடுபடும் புள்ளியின் இரகசியத்தை நாமிருவரும் நன்கு அறிந்திருந்தோம். கடைசி இந்த மூன்று மாத காலத்தில் தொடர்ச்சியான ஊடலில் நாம் பேசித் தீர்த்த விசயங்கள், நமது நெருக்கத்திலிருந்த இடைவெளிகளை, துணுக்குகளை, விஸ்தாரமாக நமக்குப் புரிய வைத்திருக்கின்றன. மேலும், இந்த முடிவு குறித்த ஒரு பொதுத்தன்மையை நமக்குள் கொண்டுவந்திருப்பதாக நான் பெரிதும் நம்பிக்கொண்டிருக்கிறேன். நமது காதல் கதையின் இந்தக் கடைசி சந்திப்பில், நான் நடந்துகொள்ள வேண்டிய முறைகளை, இன்னும் பேசவிருக்கும் சொற்களுக்கான மொழியைத் தேர்ந்தெடுத்து வைத்திருந்தேன். அலைபேசியில் பேசுவது போலல்லாமல் உனது கண்களைப் பார்த்தபடியே பேசி நம் உறவை முடித்துக்கொள்வது குறித்த எனது திட்டமிடல்கள் மிகவும் வலுவானவையாக எனக்குப் பட்டன.

குறைந்த பட்சம், மீண்டும் அழுதிடக்கூடாது என்பதில் மட்டும் தனியாகக் கவனங்கொண்டு மனதில் நிலைநிறுத்தியிருந்தேன்.

1 - அ.

தானியங்கி படிக்கட்டில் நகர்ந்தபடியே மேல்முனையை அடைவதற்கு முன்பே உன்னைப் பார்த்துவிட்டேன். எப்போதும் கலைந்திருக்கும் உனது முடியைக் கொஞ்சம் செயற்கையாகச் சீவிக்கொண்டு வந்திருப்பதாய் தோன்றியது. நீலக்கலரில் சிறிய கட்டங்களிட்ட கேசுவல் சட்டையின் கைகளை எப்போதும் போல் முட்டிவரை மடித்து விட்டிருந்தாய். பிரவுன் கலர் காட்டன் பேண்ட் மற்றும் உனக்குப் பிடித்த கூலர்ஸ் சாண்டல் அணிந்திருந்தாய். ஜீரோவில் நறுக்கப்பட்ட மீசையும் தாடியும் உனது முகத்தின் சோர்வை, வலியை இன்னும் தெளிவாக வெளிக்காட்டியது. மிகவும் அசட்டுத்தனமாகச் சிரித்தபடி வலது கையை ஆட்டி என்னை வரவேற்றுக்கொண்டிருந்தாய். உனது உடல் மொழியில், இயல்பில் இருந்திடும் தொனி மட்டும் இல்லை. உனது பதட்டத்தை அனுபவித்தபடி சிரித்துக்கொண்டே நான் நடந்து வந்தேன். உனக்குப் பின்னால் விரிந்திருக்கும் வெய்யில் நிறைந்த வானத்தைப் பிடித்திருந்தது. மேலும் அது என்னைப் போலத் தெளிவாக இருப்பதாகவும் எனக்குப் பட்டது. சிரித்தபடியே நாம் கைகுலுக்கிக்கொண்டோம்.

உனது கண்கள் சிவந்திருப்பதாக நான் மெலிதாகச் சொன்னேன். நேற்றிரவு முடிக்க வேண்டியிருந்த ஒரு புராஜெக்ட்டின் விளைவு என்று மட்டும் சொல்லி நிறுத்திக்கொண்டாய். உனது ஆங்கிலப் பேச்சில் துறுத்தும் இலக்கணப் பிழைகளை மறைப்பதற்காக, அயர்ச்சியற்ற தொனியில் கலவையான கோர்வையில் நீ அவற்றை உச்சரிக்க மேற்கொள்ளும் லாவகத்தை இப்போதும் நான் ரசித்தேன். மீண்டும் சிரித்தபடி, இந்த நாள்களில் உனதுடல் கொஞ்சம் மெலிந்திருப்பதாகச் சொன்னேன். மீண்டும் உடலைத் தயார் செய்வதாகச் சொல்லிப் புஜத்தை உயர்த்தி ஆர்ம்ஸ் காட்டினாய். நான் மறுபடியும் மெலிதாகச் சிரித்தபடி தலையை ஆட்டினேன். நீ உன் கண்களைக் குவித்துச் சமாளித்துக்கொண்டாய். பிரிவதற்கான மனநிலையின்

அடுக்குகளை நீ கோர்த்துக்கொண்டு வந்திருக்கும் தெளிவு எனக்கு மிகவும் ஆச்சர்யமாக இருந்தது. சகஜமான நிலையில், இருபுறங்களிலும் விரிந்திருக்கும் நீலவானின் துண்டுகளில் துவங்கி அந்த நடைமேடைகளினூடே வெறுமனே பார்வைகளைச் சுழற்றிக்கொண்டிருந்தோம். ஆரஞ்சு நிறத்திலிருந்து பச்சை நிறத்திற்கு மாறியிருந்தன இரண்டு சிக்னல் புள்ளிகள்.

நம் உறவில் நெருங்கி வந்துகொண்டிருக்கும் முடிவை எவ்வித அச்சமுமின்றி ஏற்றுக்கொள்வதற்கான சாத்தியங்களைக் கடந்திருந்த மூன்று மாதங்கள் எனக்குக் கொடுத்திருந்தன. முறிவில் வரும் வலிக்கான சாளரத்தை இப்போதிலிருந்தே சிறுசிறு அடுக்காக இருவரும் செய்துகொண்டிருக்கிறோம் என்பது எனக்குப் புரிந்திருந்தது. எந்தவிதச் சிக்கலுமற்று நாம் பிரிந்துகொள்ளவேண்டும் என்பதைச் சதா பேசிப்பேசி இயல்பின் ஒரு நிலைக்குள் இருவரும் கொண்டு வந்துவிட்டதாக நினைத்துக்கொண்டேன். என்னை மிகச் சாதாரணமாகவே எதிர்கொள்வதாக நீ செய்யும் பாவனைகள் உனக்குள் நிரம்பிவந்திருக்கும் வலியின் அடர்த்தியை அப்பட்டமாகக் காண்பித்தன. உன்னிறுக்கத்தின் முதல் செங்கல்லை நிதானமாக அசைத்தெடுக்கும் மொழியின் லாவகத்தை கொஞ்சம் அறிந்துகொண்டு வந்திருக்கிறேன். நாம் விலகத்துவங்கிய தருணங்களின் ஒட்டு மொத்தமான ஒரு துயர வடிவத்தைத்தான், எப்போதும் ஞாபகத்தில் வைத்திருக்கும் படியாக இந்தக் கடைசி சந்திப்பு ஏற்படுத்தும். வந்து நின்ற மெட்ரோவின் தானியங்கிக் கதவுகள் மென்மையாகத் திறந்ததும், நாம் ஏறி ஓரத்தில் இருந்த இருவருக்கான இருக்கையில் அமர்ந்துகொண்டோம். கொஞ்சமும் இயல்பற்ற நடத்தைகளில் நமது சிரிப்பை உலகத்திற்குக் காண்பித்துக்கொண்டிருப்பது ஒரு விதத்தில் பாசாங்கை மிக நளினத்துடன் செய்வதைப் போலிருந்தது. பிரிவுக்கு முன்பான நெருக்கத்தில் தோன்றும் நெருடல்களை அந்த இருக்கையிலிருந்த சிறிய இடைவெளி அடைத்துக்கொண்டிருந்தது.

2

மாலையில் அலுவலகத் தேநீர் வளாகக் கூடத்தில், லெமன் கலந்த தேநீர் குவளையோடு சிறிய டேபிளில் தனியாக அவள் அமர்ந்திருந்தாள். நெரிசல் கொஞ்சம் குறைவாகயிருந்தது. கடந்த ஒரு மாதமாக அவளைப் பின்தொடர்ந்து, ஒவ்வொன்றாகக் கண்காணித்துச் சேகரித்திருந்தவைகளில் இருந்து, எல்லாவற்றிலும் சரியான தருணமாக இதை அவன் தேர்ந்தெடுத்திருந்தான். மிக இயல்பாகக் காஃபி குவளையோடு நடந்து வந்து அவளருகில் அமர்ந்து தன்னை அறிமுகம் செய்தபோது, அவனை எதிர்பாத்திருந்தது போலவே சிரித்தபடியே அவளுக்கும் முன்பே அவனைத் தெரியும் என்ற பாவனையில் தலையை ஆட்டிக்காண்பித்தாள். மேலும் அவன் வேறு துறைப் பிரிவைச் சார்ந்திருந்த போதும் சில நண்பர்களைச் சந்திப்பதற்காக, அவளது துறையின் பிரிவில் இப்பொழுதெல்லாம் நிறைய சுற்றிக்கொண்டிருந்ததாகச் சொன்னாள். கடந்த சில நாள்களாகவே எப்போதும் தனக்குப் பின்னால் நிழலாக அவன் தான் நின்றுகொண்டிருப்பதாக அவள் சிரித்தபடி சொன்னபோது அவன் புன்னகைத்துச் சிறிது வெட்கத்துடன் தலையசைத்தான். வேலைகள் குறித்துக் கொஞ்சம் விசாரித்துக்கொண்டே அவர்களின் குவளைகளிலிருந்து சில மிடறுகள் குடித்துக்கொண்டனர். உரையாடலில் அவளை நெருங்கிவிடுவதற்கான சாத்தியமான ஒரு புள்ளியை எதிர்பார்த்துக் காத்திருந்தான். சற்றே சரியானதாக அவன் கருதிய நொடியொன்றில் அவளை விரும்புவதாகச் சற்று வேகமான, குழைந்த வார்த்தைகளில் தடுமாறி அவன் சொன்ன போது அவள் கண்கள் கொஞ்சம் படபடத்தன. ஆச்சர்யங்கள் ஏதுமின்றி சிறிது நேரத்தில் ஆசுவாசமடைந்தவளாக உதடுகளைச் சுருக்கி யோசித்தவாறே நாளை அல்லது நாளை மறுநாள் இதற்கான பதிலைச் சொல்வதாக மட்டும் சொல்லிவிட்டு நகர்ந்தாள். ‘உன் நம்பர் என்னிடம் உள்ளது’ என்றவன், இரவு டெக்ஸ்ட் செய்வதாகச் சொன்னான். நிறுவனத்தின் ‘விசில் புளேயர் பாலிசி’ - பணியிடத்தில் பெண்கள் பாதுகாப்புக்கான நெறிமுறைகளின் வரைவு - குறித்துத் தெரியும்தானே என்று திரும்பியவாறே பதில் சொன்னவள், கண்களை விரித்துக் கண்டிப்புத் தொனியில் பார்வையை வைத்துக்கொண்டு, வலது கையின் ஆட்காட்டி

விரலைக் காண்பித்து போலியான கோபத்துடன் அவனை எச்சரித்தாள். அவளது உதட்டில் மெலிதாகயிருந்த சிறிய நக்கலின் புன்னகை அவனுக்குப் பிடித்திருந்தது. டெக்ஸ்ட் செய்ய மாட்டேன் என்பது போல அவன் தலையசத்தான்.

ஒருவழியாக அவளிடம் தனது காதலைச் சொல்லிவிட்ட மகிழ்ச்சியில் கொஞ்சம் இலகுவாகவும் பதற்றமாகவும் உணர்ந்தான். அவளும் தன்னை விரும்புவதாகவே நினைத்துக்கொண்டிருப்பதில் வெளிப்படும் இரகசிய மன உணர்வின் மென்மையான லயங்களை அவன் அனுபவிக்கத் துவங்கியிருந்தான். ஒரு உறவின் நெருக்கத்தை ஒவ்வொரு படியாக உருவாக்குவது அவனுக்கு நன்றாகத் தெரிந்திருந்தது. அவசரங்களற்ற அவளது இயல்பு அவனை ஈர்த்துக்கொண்டது. அவளின் நம்பிக்கைகளில் கிடைத்திருக்கும் இந்தச் சிறிய இடத்தை ஒவ்வொரு பகுதியாக அதிகரிப்பதற்கான சவால்களின் சூட்சமங்களை அவன் ஆராயத்துவங்கியிருந்தான். ஒவ்வொரு நொடியிலும் அதை மிகச் சரியாக வெளிக் காண்பிப்பதற்கான வழிமுறைகள் குறித்து ஒரு வரிசையை அவன் உருவாக்கி வைத்திருந்தான். அவளைப் பின்தொடர்ந்த இந்த ஒரு மாதத்தில் அவைகளுக்கான திட்டமிடல்களை ஒவ்வொன்றாக அவன் சேமித்திருந்தான். அவளும் தன்னைப் போலவே அவளது மனதின் இரகசிய இடத்தில் அவனை நெருக்கமாக உணரத் துவங்கியிருப்பாள் என்றே நினைத்துக்கொண்டான்.

அவளது பதிலுக்காகக் காத்திருக்கும் இந்தச் சிறிய இடைவெளியில் தோன்றியிருந்த புதிய உணர்வில் அவன் லயித்துக்கொண்டிருந்தான். அவனது மொபைலில் காலை, மாலை வணக்கக் குறிப்புகளுடன் இதய வடிவமிட்டு டைப் செய்திருந்த குறுஞ்செய்திகள் அவளது எண்ணில் சேமிப்பில் கிடந்தன. சுயநாகரீகம் கருதி எதையும் அனுப்பவில்லை. அவனது காதலை அவளிடம் வெளிப்படுத்தும் சற்றுப் பெரிய காதல் கடிதம் போலான குறுஞ்செய்தி ஒன்றும் அவைகளுக்கு முன்பாக அந்தச் சேமிப்பின் வரிசையில் கிடந்தது. அவளது தொடர்புப் பட்டியலில் அவனது பெயர் இல்லாததால் வாட்சப்பில் அவளது புரொஃபைல் பிக்சரை அவனால் பார்க்க முடியவில்லை. பெரிய வெள்ளை நிறப்புள்ளியையே அது காட்டியது. குறிப்பிட்ட இடைவெளியில் வாட்சப் செயலியைத் திறந்து அவளது புரொஃபைலைத் துலாவியபடியேயிருந்தான்.

ஆனால், பெரிய வெள்ளை நிறப் புள்ளியையே அவன் காண நேர்ந்தது. ஏழெட்டு முறைகள் அவளது துறைப் பிரிவில் அலைந்த போதும் வெறும் இரண்டு முறை மட்டுமே மிகச் சரியாக அவர்களது விழிகள் சந்தித்துக்கொண்டன. இருவரும் பரஸ்பரம் சிரித்து வைத்தனர். மாலை வேளையில் தேநீர் வளாகப் பகுதியில் கூட அவளைப் பார்க்கமுடியவில்லை. ஒவ்வொரு கணத்தின் அசைவையும் விழியிமைக்காமல் கடந்துகொண்டிருப்பதன் அவஸ்தையை அவன் அனுபவித்தான். இரவில் நிறைய யோசனைகளுக்குப் பிறகு இரவு வணக்கம் என்று மட்டும் வாட்சப்பில் செய்தி அனுப்பினான். நிறைய நேரத்திற்குப் பிறகு, இரவு வணக்கத்துடன் சிரிப்பின் அடையாளமிட்ட முகமொன்றும் பதிலாக வந்தது. மேலும் பூக்களுக்கருகில் அவள் நின்றிருக்கும் புரொஃபைல் பிக்சரையும் காணமுடிந்தது. அவன் குதூகலித்து வெற்றிக் குறிகள் காண்பித்துச் சற்று கத்திவிட்டான். மகிழ்ச்சியில் நிரம்பி முழுமையடைந்துவிட்ட தொனியில் படுக்கையில் சரிந்தான். சிகப்பு நிற இதய வடிவமொன்றை உடனடியாக அனுப்பினான். இரண்டு நீல நிற டிக் குறிகள் விழுந்திருந்தும் நிறைய நேரம் பதிலேதுமில்லாமல் அது தனித்துக் கிடந்தது.

மறு நாள், மதிய உணவிற்குப் பிறகான வெறுமையில், காத்திருப்பின் கடைசிக் கட்ட நேரத்தில் அவனுக்கு என்ன செய்வதென்றே தெரியவில்லை. அவளும் தன்னை நேசிப்பதான குறிப்புணர்த்தல்களிலிருந்தும் அவனால் மனதை ஒரு நிலைப்படுத்த முடியவில்லை. சற்றுப் புதிரானதாக எல்லாமும் மாறிக்கொண்டிருந்தது. சன்னலில் படர்ந்திருந்த குரோட்டன்ஸின் பழுப்பும், மஞ்சளுமான இலைகளை வெறித்துக்கொண்டிருந்தான். சற்றெனத் தோன்றி மறைந்த அவளது முகத்தை மீண்டும் மீண்டும் அந்த இலைகளில் தேடிக்கொண்டிருந்தான்.

மாலையில் அலுவலகம் முடிந்து கிளம்பும் போது அவனைப் பார்க்க விரும்புவதாகவும், நேரமும் இடமும் அவனது விருப்பமாகவும் அதே சமயம் கொஞ்சம் விரைவாகவும் மேலும் சிறிய சந்திப்பாக இருந்தால் மட்டும் போதுமானதாகவும் வாட்சப்பில் செய்தி அனுப்பியிருந்தாள். மீண்டும் மீண்டும் படித்துவிட்டு நேரத்தையும், இடத்தையும் குறிப்பிட்டு இருவரும் சேர்ந்தே போகலாமென்றும் பதில் அனுப்பினான்.

ஆங்கிலத்தில் ஓகே என்பதைக் குறிக்கும் 'கே' எனும் ஒற்றை எழுத்து மட்டும் பதிலாக வந்தது.

***

புகை படிந்த அடர்மஞ்சள் வெளிச்சத்தில் நிரம்பியிருந்த காஃபி டே வின் வலது மூலையில் அவர்கள் அமர்ந்துகொண்டனர். கண்ணாடிச் சுவருக்கு வெளியே வாகனங்கள் நிரம்பியிருந்த சாலையும், அந்தியில் சூரியன் நிறைந்திருக்கும் வானமும் பரவிக்கிடந்தது. உள்ளே சன்னமான குரலில் தொடர்ந்திடும் உரையாடல்களுடனான மனித முகங்கள் பல்வேறு பரவசங்களின் கூடல்களாகப் படிந்து கிடந்தன. அவர்களுக்குப் பிடித்ததை ஆர்டர் செய்துவிட்டு ஒருவருக்கொருவர் முகத்தைப் பார்த்துப் புன்னகை செய்தவாறு அமர்ந்திருந்தனர்.

'பொதுவாக இந்தக் காதல் விசயங்களில் பெரிய ஆர்வமெதுவுமில்லையென்று' அவள் ஆரம்பித்தபோது, அவன் கண்களைச் சுருக்கிக்கொண்டான். ஆனால் இந்த விசயத்தில் அப்படி அவனைக் கடந்து செல்ல முடியவில்லை' எனச் சொல்லும் போது அவன் ஆர்வமாகி முன்னே நகர்ந்து தன் இருப்பைச் சரி செய்தான். அவளுக்காக அவன் செலவழித்திருந்த நேரத்தை அவள் பட்டியலிட்டாள். ஒவ்வொரு முறையும் பொருட்படத்தக்க வகையில் தனக்காக அவன் செய்தவைகளிலிருந்த விருப்பத்தையும், நேர்மையையும் அவள் சுட்டிக்காட்டினாள். எந்த ஒன்றிலும் எல்லைமீறாமல் நடந்துகொண்ட அவனது பண்பைப் பெரிதும் பாராட்டினாள். முக்கியமாக, அவளது துறை நண்பர்களுடன் உணவுக்கூடத்தில் இருந்தபோது அவன் காட்டிய இடைவெளி பிடித்திருப்பதாகச் சொன்னாள். கடைசி நாள்களில் கூட அவன் கடைப்பிடித்திருந்த நாகரீகத்தை மெச்சினாள். கண்களின் வழியே அவளது மென்மையை எதிர்கொண்ட அவனது நுட்பத்தைத் திரும்பத் திரும்பப் பேசினாள். ஒரு காதலின் எல்லையற்ற புள்ளியின் அமைதியை அவனது கண்களில் நிறைய முறை பார்த்ததாகப் பரவசத்துடன் சொல்லி முடித்தாள்.

எல்லாவற்றையும் அமோதிப்பது போல அவன் ரசித்தபடியே தலையாட்டிக்கொண்டிருந்தான். அதுதான் தன்னுடைய இயல்பு என்று சொல்லிவிட்டு, தனக்கு எல்லாவிதத்திலும்

சந்தோசம் நிறைந்திடும் பதிலைத்தான் அவள் இவ்வளவு பெரிதாக நீட்டிச் சொல்லிக்கொண்டிருக்கிறாள் என்று நினைத்துக்கொண்டான். காஃபி துகளினாலான இதயவடிவம் மிதந்திடும் இரண்டு பெரிய கண்ணாடிக் குவளைகள் வந்து சேர்ந்தன.

கனிந்த சொற்களைத் தேர்ந்தெடுத்து ஆங்கிலம் கலந்த தமிழில் இருந்த நளினமான அவளது பேச்சை மிகவும் ரசித்ததாகவும், முதல் முதலாக இவ்வளவு அருகாமையில் அது நடந்திடும் அதிசயத்தைப் பார்த்துத் தன்னைச் சுற்றியியங்கிக் கொண்டிருக்கும் இந்த மொத்த உலகையே மறந்துவிட்டதாகவும் சொல்லிக்கொண்டே காஃபியை ஒரு மிடறு பருகினான். இவற்றையெல்லாம் அவனது கண்களைப் பார்த்து நேரடியாகச் சொல்ல விரும்பியதாகவும் அதனால்தான் நேற்றைய இரவு வாட்சப்பில் அவனது சிகப்பு நிற இதயத்திற்குப் பதிலலிக்கவில்லையென்றும் சிரித்தபடியே சொன்னாள். தன்னை அவளும் காதலிப்பதாகவே அவன் உணரும்படியிருந்தாலும், பட்டவர்த்தமாகச் சொல்லப்படாத அந்தச் சொற்களில் அவனது உள்ளம் குவியத்துவங்கியது. அவளது வாயிலிருந்து அந்த வார்த்தைகளை எதிர்பார்த்திருந்தவனாக, அவள் பேசியிருந்த மொத்தச் சொற்களிலும் ததும்பியிருந்த காதலின் உணர்ச்சிகளை ஒவ்வொன்றாகக் கோர்த்து, சிறிய ரோஜாவை நீட்டித் தன் காதலை அவளிடம் மீண்டும் வெளிப்படுத்தினான். இந்த ஒரு மாத காலமாக இருவருக்குள்ளும் நிஜத்திலும் கற்பனையிலுமாகக் கலந்துவிட்ட உள்ளுணர்வுகளால் திளைத்திட்ட மகிழ்ச்சியைப் போல, ஆச்சரியங்களைப் போல இதே காதலுடன் நமது வாழ்நாள் முழுவதும் ஒற்றுமையாகயிருக்க வேண்டுமென்பதாக அவன் முடித்தான். இருவருக்குள்ளுமாக உருவாகி வந்திருக்கும் ஒரு மென்னுணர்வின் பேராற்றலை அவனைப் போலவே தானும் அனுபவிப்பதாகவும் அது தொடர விரும்புவதுமாக அவள் சொல்லி முடித்தாள். தன்னைப்போல வெளிப்படையாக அவள் சொல்லவில்லை என்பதைக் கொஞ்சம் வருத்தமாக அவன் சொன்னபோது. எல்லாவற்றையும் சொல்லி அதை நீர்த்துப்போக வைக்க வேண்டுமா என்று கேட்டுத் தலையை ஆட்டியபடி, அவள் தான் எல்லாவிதத்திலும் மிகவும் தெளிவாகத் தன் காதலைச் சொல்லியிருப்பதாகப் பதிலாகச் சொன்னாள்.

3

முடிவில்லா காதலின் வசீகரத்தை நோக்கி இருவரும் வேகமாக நகரத்துவங்கினர். அவர்கள் கைகோர்த்து நடந்து செல்லும் பாதைகளில் வெய்யிலில் எப்படி மலர்ந்துகொள்வதென்றும், நிழலாக ஒருவருக்கொருவர் எவ்வாறு தங்களுக்குள் மாறிக்கொள்வார்கள் என்றும், பெய்யப்போகும் பெரும் மழையில் நனைந்து எப்படி நெருக்கமாகிக்கொள்வார்கள் என்றும் சதா பேசிக்கொண்டிருந்தனர். காலையில் துவங்கும் வாட்சப் உரையாடல்களும், புகைப்படங்கள் மற்றும் காதல் பாடல்களின் பரிமாற்றங்களும் இரவு வரை நீண்டது. அவனது குழந்தைப் பருவப் புகைப்படத்தை அவளும், அவளது புகைப்படத்தை அவனும் தங்களது அலைபேசியில் முகப்புப் படமாக மாற்றிக்கொண்டனர். வீட்டில் இருப்பவர்களுக்குத் தெரியாதவாறு காதலைப் பகிர்ந்துகொள்வதில் இருந்திடும் நெருக்கடிகளை இருவரும் அனுபவித்தனர். சிறு சிறு பொய்களிலும், குறுக்கு வழிகளிலும் தினசரி இது தொடர்ந்தது. அலுவலக வளாகத்திலும் அவர்களின் சிறிய நண்பர்கள் குழுவோடு மதிய உணவுவேளை சிரிப்பும், ரகளைகளுமாகக் களைகட்டியது. எதிர்பார்த்திடாத ஏதோவெரு ஆச்சர்யத்தாலும், பரிசுகளாலும், முத்தங்களாலும் நிரம்பி வழிந்தன அவர்களது தினசரிகள். தினந்தோறும் இரவில் கதைகள் பேசியபடியே அணைத்திடாத விளக்குகளோடும், அலைபேசியோடும் இருவரும் சோர்ந்து தூங்கிப் போனார்கள்.

இருவருக்குள்ளும் வளரத் துவங்கியிருந்த பெருங்காதலின் துளிர்கள் அதன் கால வரிசைப்படி விரிந்து அதன் கிளைகளை திசையெங்கும் பரப்பின. பூக்களின் வாசனைகளாலும், மனமுருகும் காதல் நெருக்கங்களாலும், உரையாடல்களாலும், முத்தங்களாலும், சிரிப்புகளாலும் அது விரவிக் கிடந்தன. ஒருவருக்கொருவர் ஈர்த்துக் கொண்டிருக்கும் ரசனைகளின் மதிப்பீடுகள் இருவருக்கும் ஒரே மாதிரியான எல்லைகளால் நிலைகொள்ளப்பட்டு ஆனந்தத்தில் இருந்தனர். உலகின் மிகச் சிறந்த ஜோடியாக நினைத்துக் கொள்ளும் கற்பிதத்தின் முதல் படிக்கட்டு தோன்றி உறைந்து இறுகிக் கொண்டிருந்தது. அவர்களுக்கிடையில் முழுவதுமாக ஏற்பட்டிருந்த

இப்பிணைப்பிற்குள் ஒரு மெல்லிய காற்று கூட செல்ல முடியாததாக இருந்தது.

சிறிய தவறுகளுக்குக் கூட இருவரும் வருந்தினர். நிறைய மன்னிப்புகளும், விட்டுகொடுத்தல்களும், சாய்வுக்கென தோளைக் கொடுப்பதும் தீவிரத் தன்மையிலிருந்தன. விடுமுறை நாள்களில் தொடங்கிய ஊர்சுற்றல் முடிவற்றிருந்தது. அலுவலக வேலைக்கென வீட்டில் பொய் சொல்லிவிட்டு பெங்களூருவின் உயரடுக்கு மால்களில் சுற்றிக்கொண்டிருந்தார்கள். மாலையில் கணக்கற்ற பியர் போத்தல்களைக் காலி செய்தனர். உடல் முழுவதுமாக எரிந்துகொண்டிருந்த காமத்தில் இழுத்து அணைத்து அவனது உதட்டைச் சுவைத்தாள். முதல் முறையான அந்தச் சுவையில், தான் ஒளித்து வைத்திருந்த தன் காதலின் சிறிய பகுதி ஒன்றை அவனுக்கு கொடுத்துவிட்டதாகச் சொன்னாள். அவளது மென்மையான உடல்மொழிகளினூடாகப் பரவி அவளை முழுமைப்படுத்தும் ஒரு புள்ளியை அவன் தேடிக் கண்டடைந்திருந்தான். அவர்களின் நிர்வாண உடல்களில் சகலத்திலும் படர்ந்து கிடந்த காமத்திலிருந்த காதலின் அடர்ந்த சாயலை இருவரும் பரஸ்பரம் உணரத் துவங்கினர். இருவரின் முனகலிலும், மௌனத்திலும் அடர்ந்த மூச்சுக் காற்றிலுமான முதல் கூடலுக்குப் பிறகு பால்கனி வழியே காணக்கிடைத்த பிறை நிலவின் சிறிய ஒளியை உனக்குத் தருகிறேன் என்றவாறு அவனது நெஞ்சில் தன் பற்களை ஆழமாகப் பதித்தெடுத்தாள். அவன் வலியில் துடித்தான். பிறைவடிவில் சிவந்து கிடந்த அந்தத் தடத்தில் முத்தமிட்டுத் தடவிக்கொடுத்தாள். தனது தலையை அவளது இடதுபுற மார்பகத்தின் மீது வைத்து அவளது துடிப்பில் கரைந்துகொண்டிருந்தான் அவன்.

பிறகான மாதங்களில், பெங்களூருக்குச் சென்று சுற்றுவதற்கான தேதிகளைக் கணக்கிட்டு இருவரும் உருவாக்கிக்கொண்டனர். காதலில் படர்ந்திருக்கும் காமத்தின் வாசனைகளை அனுபவிக்கத் துவங்கியதால் அதன் இறுக்கம் இருவரையும் நெருக்கமாகக் கட்டிப்போட்ட படியிருந்தது. சில தடவைகள் காதலில் ஆடி முடிந்ததும், அவள் அவனிடம் மீதமான கதைகளைச் சொல்லியபடி காற்றில் கைகளால் வரைந்து கொண்டிருந்தாள். அவனோ படுக்கையில் கண்ணயர்ந்து சலனமின்றிக் கிடந்தான்.

3 - அ

சேர்ந்தேயிருப்பதில் இயல்பாகத் தோன்றிடும் வறட்சியான நிலைகளின் எல்லையை ஓர் இடைவெளிக்குள் அவர்களடைந்த போது இருவருக்குள்ளும் இருந்த ரசனைகளின் ஒற்றைத்தன்மை கொஞ்சம் தடுமாறியது. நெருக்கத்தின் மீதான சலிப்புகள் துவங்கியிருந்ததால், விருப்பத்தின் எல்லா அளவுகளும் புதிதாக இடம் மாறியிருந்தன. முக்கியமாக, முன்பு ஒருவருக்கொருவர் கொடுத்துக்கொண்டிருந்த நேரங்களில் ஏற்பட்டிருந்த மாறுதல்கள் புதிய சந்தேகங்களையும், விவாதங்களையும் இருவருக்குள்ளுமாகக் கிளப்பின. அவர்களுக்குள் இருந்திடும் பலவீனங்களும், யதார்த்தத்தின் நெருக்கடிகளும் தினமும் புதிது புதிதான கூர்மையான கொம்புகளை முளைக்கச் செய்தன. அது ஒருவரை ஒருவர் மோசமாகக் கிழித்துக்கொள்வதற்கான வழிகளையும், காரணங்களையும் மிக எளிதாக உருவாக்கின.

சிறுசிறு சண்டைகளின் இறுதியில் வந்திடும் நெருக்கத்தை அவர்களும் வசீகரமானதாகவே முன்பு நினைத்திருந்தார்கள். ஆனால், சில சிறு சண்டைகளின் காரணங்களும், பதில்களும் குறிப்பிட்ட ஒரு பெரிய சண்டைக்கான வழியில் அவர்களைக் கொண்டுவந்து நிறுத்தியது. ஒவ்வொரு பெரிய சண்டைக்குப் பிறகும் வாட்சப்பில் காதல் குழைத்து அவனனுப்பும் குரல் செய்திகளுக்கு, ஆன்லைனில் இருந்தும் பதில் அனுப்பிடாத அவளது மெத்தனப்போக்கிற்காகவே அவன் அவளை முதலில் வெறுத்தான். வீட்டின் சூழலில் அதற்கு உடனடியாகப் பதிலளிக்க முடிந்திடாத காரணத்தைக் கூறி மன்னிப்பையும், காதலையும் வேண்டி அவள் வந்து நிற்கும்போது தன் நிதானங்களை இழந்து அவளைத் தூற்றச் செய்தான். அவளது இருப்பைக் கேலியாக்கினான். அவள் மனதில் குறுகிய வடிவமொன்றிற்கு அவன் இப்படித்தான் நகரத் துவங்கினான். பிறகு சண்டைகளும், மன்னிப்புகளும், அழுகைகளும், விளக்கங்களும், சமாதானங்களுமாக மாறி மாறி நிகழத்து வங்கின. எந்தவொன்றையும் பேசியும், அழுதுமே புரிய வைக்க வேண்டிய நிலைக்கு வந்துவிட்ட அவர்களின் புரிதலற்ற உறவு குறித்து மிகவும் வெளிப்படையாகவே இருவரும் அச்சமும் வருத்தமும் கொள்ளத் துவங்கினர்.

அவளுக்கு ஈரம் நிறைந்த சொற்களினூடாக ஓர் அரவணைப்பு தேவைப்படும் சமயங்களில் அவனிடமிருந்து எந்தப் பதிலுமில்லாமல் போகும்போது அவள் துணுக்குற்றாள். இரவின் கடைசி நொடி வரை எதிர்பார்த்துக் காத்திருந்து கடைசியில் விழிகளில் அழுகையை அப்பிக்கொண்டு தூங்கிவிடுவதில் தனிமையின் வலியை நன்கு உணர்ந்திருந்தாள். அதற்காக அவன் சொல்லும் காரணங்களில் சில சமயம் சமாதானம் அடைந்திடாமல், மௌனத்தில் தனித்திருப்பது அவளுக்குப் பிடித்திருந்தது. ஆனால் அவனும் இப்படித்தான் சில நேரங்களில் தனிமையின் துன்பத்தை அவளால் அடைந்ததாகத் தொடர்ச்சியான குறுஞ்செய்திகளால் அவன் நிரப்பிடும் போதும் அவள் தன் மௌனத்தைக் கலைத்ததில்லை. தனித் தனியாகத் துடித்துக்கொண்டிருக்கும் தங்களது காதல் இதயங்கள் குறித்த அச்சத்தின் ஒலியை இருவரும் அப்போது நன்றாக உணரத்துவங்கினர்.

கடைசியாக மூன்று மாதத்திற்கு முன்பு அவள் கம்பெனியை மாற்றிக்கொண்டு சென்றுவிட்டாள். அவனது சில அழைப்புகளை எடுத்துத் தெளிவாகப் பேசினாள். சந்தோசமாக இருப்பதாகச் சொன்னாள். அவன் முதலில் சில முறை அழுது வடிந்தான். பிறகு அவளில்லாமல் தன்னாலும் வாழமுடியும் என்பதை, அவளது சில அழைப்புகளை எடுக்காமல் துண்டிப்பது, குறுஞ்செய்திகளுக்குப் பதிலளிக்காதது போன்ற குறிப்புகளால் உணர்த்தினான். தங்களது காதலின் அர்த்தத்தை ஒரு முறை அவன் கேட்டபோது சில வினாடிகள் மௌனத்தையே பதிலாகச் சொன்னாள். மீண்டுமதை அவனை நோக்கிக் கேட்ட போது ‘ஒரு சில தேவைகளுக்கான சிறிய அர்ப்பணிப்பு’ என்றான். அவனது உடல் நலனைப் பார்த்துக் கொள்ளும்படி சொல்லிவிட்டுத் துண்டித்தாள்.

இருவருக்குள்ளுமான விரிசல் வளர்ந்து எதையும் இட்டு நிரப்ப முடிந்திடாத பிளவை நோக்கிச் சென்றுகொண்டிருந்தது. உலகின் மிகச் சிறந்த ஜோடி என்ற இறுகிய படிக்கட்டில் கணக்கற்ற கீறல்கள் உருவாகி இன்னும் சில நாள்களில் முழுவதுமாக உடைந்து விடக்கூடியதான அபாயத்தில் தளும்பிக்கொண்டிருந்ததது.

ஒருவருக்கொருவர் எல்லாவற்றையும் பகிர்ந்துகொள்வதில், தவறுகளையும், பலவீனங்களையும் ஏற்றுக்கொள்வதில், அரவணைப்பதில், விட்டுக்கொடுப்பதில், இழப்புகளில் சாய்ந்து கொள்வதில், சின்னச்சின்ன உணர்ச்சிகளில் இருவரும் நெருங்கிக்கொள்வதில் இவ்வாறாக இருவருக்குள்ளும் ஆழத்தில் சேகரமாகும் தனிமையான தருணங்கள்தான் காதல். இதன் மெல்லிய நரம்புகள்தான் வாழ்க்கை முழுவதுமாகப் பரவிக் கிடக்கின்றன. அவை மிகவும் மெலிதானவை அவற்றைக் கையாள்வதின் நுட்பமும், லாவகமும் இங்கு எல்லோருக்கும் ஒரே மாதிரி இருப்பதில்லை. சிலர் அதன் மெலிதான தன்மையில் காற்றைப் போல அமர்ந்து திளைக்கிறார்கள், சிலர் அதை அறுத்து அவற்றிற்குள்ளிருப்பவற்றை ஆராய்ந்து கொண்டிருக்கிறார்கள்.

ஒரு மாதத்திற்கு முன்பு, கடைசி சந்திப்பிற்கான இடங்களையும், வரிசைகளையும் தேர்ந்தெடுத்து ஒருவருக்கொருவர் சம்மதத்துடன் உறுதிபடுத்திக்கொண்டனர்.

"என்னைப் பிரிவதன் மூலமாக நீ எதை அடைய முயல்கிறாய்" என்றான்.

சிறிய மௌனத்திற்குப் பிறகு அவள் சொன்னாள்,

"எனக்கான முழுச் சுதந்திரத்தை... ஆமா அதைத்தான்" தலையை ஆட்டித் திடமாகச் சொன்னாள்.

"நமக்குள்ளிருந்த காதலில் நீ அடிமையாக இருந்தாயா..?"

"அப்படித்தான் உணர்ந்திருந்தேன்... உனக்கும் அப்படித் தோன்றியதாகத்தானே முன்பு சொல்லியிருந்தாய்."

"...."

மேலும் அவளே தொடர்ந்தாள்,

"எல்லாவற்றிற்கும் உன்னை எதிர்பார்த்திருந்த கோழையாகவும் இருந்தேன்."

"நீ எப்படி இவ்வளவு சீக்கிரம் மாறிவிட்டாய்" என்று கேட்டான்.

"எதிர்பார்ப்புகளிலிருந்தும், மிகையுணர்ச்சிகளிலிருந்தும், கற்பனைகளிலிருந்தும் எவ்வளவு சீக்கிரம் திரும்புகின்றோமோ அவ்வளவு நல்லது" என்று அவள் சொல்லி முடிப்பதற்குள்,

"உனக்கு விருப்பமானதைச் செய்" என்றான்.

"நீயும்..."

பிறகு அழைப்பு துண்டிக்கப்பட்ட ஒலி சன்னமாகக் கேட்டது.

4

எப்போதும் சந்திக்கும் அந்தக் கடற்கரை மணலில் அமர்ந்திருந்தனர். இருவருக்குள்ளும் அமைதியின் சன்னமான ரேகைகள் கணக்கற்றுச் சூழ்ந்துகிடந்தன. அவர்களுக்கு முன்பாக அலைகள் வருவதும் திரும்புவதுமான காட்சி நிறைந்த நீலக்கடல். மாலை நேரத்திலும் வெய்யிலின் கதிர்கள் பரவிக் கிடந்தன. புல்லாங்குழல் விற்பவன், தனிமையில் கடலுக்கென ஓர் இசையை வாசித்துக்கொண்டிருந்தான். கடைசி பிரிவிற்கான அவர்களது நிரல் கடற்கரையோடுதான் முடிகிறது. சிறிய மெட்ரோ பயணம், காபி டே வில் சில நிமிடங்கள் மற்றும் கடற்கரை மணலோடு கடைசி கைக்குலுக்கல் என்றுதான் அவர்கள் சரியாகப் பிரித்து வைத்திருந்தனர்.

"என்னிடம் சொல்வதற்கு உன்னிடம் வேறெதுவும் இருக்கிறதா" இறுக்கிக்கொண்டிருக்கும் மௌனத்தைக் கலைத்து, தூரத்தில் மிதந்துகொண்டிருக்கும் கப்பலைப் பார்த்தபடி அவனிடம் கேட்டாள்.

"நீ உனது மெல்லிய மனதை இன்னும் நன்றாகப் பார்த்துக் கொள்ளவேண்டும் மேலும் எப்போதும் உனக்குப் பிடித்தமானதைச் செய்" என்றான் சிரித்தபடி.

"நிச்சயமாக, நீயும் உனது இயல்பிலேயே இரு, அது உன்னை உலகத்திற்கு இன்னும் அழகானதாகக் காட்டும்" என்றாள், அவனது கண்களைப் பார்த்தபடி.

அவன் பெரிதாகச் சிரிப்பதாக நடித்தான்.

அந்தியில் சூரியன் மறைந்திருந்தான். எழுந்து கைகளைக் குலுக்கிக் கொண்டனர்.

கைகுலுக்கிக் கொண்டு பிரிவதும் பேரன்புதான். காதலை உடைத்துப் பிரித்துப் பார்ப்பதென்பது ஒருவகையில் அதன் வாழ்வைத் திடீரென ஓர் எல்லையில் நிறுத்தி அதைத் தனியாக்கிவிடுவது போலானதுதான். ஒவ்வொன்றின் தனிமையும், கைவிடப்பட்ட நிலையும் அதற்கான வேறொரு வழித் தடத்தைக் கண்டறிந்து புதிய பயணத்தைத் துவங்கிடும் ஆற்றல் கொண்டவையே. சேர்ந்து நெருக்கமாக இருப்பதின் ஒரு புள்ளியில் தோன்றிடும் அச்சமூட்டும் ஒரு மனநிலையை இருவரும் அடைந்திடும் போது அதைக் கடந்து செல்வதில் இருந்திடும் நுட்பமான விசயத்தை அவ்விருவரும் உணர்ந்து, ஒருவருக்கொருவர் சார்ந்து முடிவெடுத்துக்கொள்ளும் புரிதலே வாழ்வை அதன் இறுதி நொடியிலிருந்து காப்பாற்றிக் கொடுக்கிறது. அவர்களே உலகின் மிகச்சிறந்த ஜோடிகளின் வரிசையில் எப்போதும் நிற்கிறார்கள்.

அவள் செல்லத் துவங்கியதும், அவன் சிறிது துணுக்குற்று உடலளவில் சிறிய அச்சத்தை உணர்ந்தான். அது அவனைத் தன்னிலை மறந்து நிலைகுலையச் செய்தது. அழுத்தங்கள் நிறைந்த ஒரு உட்புற விசையால் அவனது உடல் முழுவதும் அதிரத் துவங்கியது. பிறகு ஒரு போதும் கிடைத்திடாத அவ்வாழ்வின் இரகசியமான உள்ளுணர்வுகள் நிறைந்திருந்த சந்தோசத்தின் பாதையை யாரோ திடீரென அடைத்துவிட்டு, அடர் கருமையின் இருளுக்குள் தள்ளிவிட்டது போலிருந்தது அவனுக்கு. அவன் அடுக்கி வைத்திருந்த, பிரிவின் கடைசி சந்திப்பிற்கான திட்டமிடல்களும், சாதாரணமானவையாகத் தன் மன அமைப்பில் சேகரித்தவைகளும் அந்த இருளில் தூள்தூளாகிக் கரைந்து போகத் துவங்கியிருந்தன. தனக்கென யாருமற்ற ஒரு நிலையின் கடைசி துக்கத்தை அவன் அனுபவிக்கத் துவங்கியிருந்தான். அவன் நின்றுகொண்டிருக்கும் நிலம் நிலையில்லாத ஒன்றாக மாறிக்கொண்டிருந்தது.

அவளது நளினமான நடை கொஞ்சம் பிசகி அவசரத்தின் கதியிலிருந்தது. கண்களிலும், மூளையிலும் இருட்டின் சாயல் அப்பிக்கொண்டு வந்தது. உலகின் முன்னால், திறந்த வெளியில் பாசாங்குகளற்று அழுதிடுவதான ஒன்றை அவளெப்போதும்

நினைத்துப் பார்த்தது கூடக் கிடையாது. நெகிழ்ச்சிகள் நிறைந்த வறட்சியான இந்த அன்பின் சூட்சமமான இறுக்கம் அவளை முழுவதுமாகச் சுருட்டி நெருக்கத்துவங்கியது. உடலிலிருந்து மனது பிரியும் பெரும்வலியின் சாயலொன்றை அவள் உள்ளுக்குள் அனுபவித்துக்கொண்டிருந்தாள். பெருகி வழியத் துவங்கிய நீண்ட கண்ணீர்த் துளிகள் அவளது கைகளைத்தாண்டி கொட்டிக்கொண்டிருந்தது. வெகு சுலபமானதாக, இயல்பானதாக அவள் நினைத்திருந்த ஒன்றின் ஆழமான வலி அவளை முற்றிலுமாக நிலைகுலைய வைத்தது. இந்த மணல் பாதைகள் முடிவற்ற ஒரு துயரத்திற்குத் தன்னை அழைத்துச் செல்வதைப் போலவே அவள் உணர்ந்தாள். நெடும் வலிக்கான சாயலைப் போல ஆகிவிட்ட இப்பிரிவின் ரத்தம் தோய்ந்த தளும்பை இப்போதிருந்தே அவள் மறைக்கத்துவங்கினாள். அது, அவளது மனதின் ஒரு மூலையில் இருள் படிந்த ஓர் ஊமையின் சந்தேக வாசகத்தைப் போல மீண்டும் மீண்டும் தனக்குள்ளே குறுகி இறுகத் துவங்கியது. பேரன்பின் கடைசி கனம் உருவாக்கிடும் இத்தனை பெரிய வலிகளைச் சுமந்தபடியே அவள் நடந்தாள், ஆனால் தவறியும், ஒருமுறை கூடப் பின்னால் திரும்பி அவனைப் பார்க்கவில்லை.

- 19.04.2023

நெருக்கமான துரோகங்களைப் பாடலாக்குபவன்,
ஒரு காய்ந்த மலரை வாசனையுள்ளதாக மாற்றும்போது
சருகொன்று நகர்ந்து அதனிருப்பை அர்த்தப்படுத்துகிறது.

வலி

வருடக் கணக்கில் திரும்பி வராத, முற்றிலுமாகத் தொடர்புகளேதுமில்லாமல் போய்விட்ட தனது கணவனை நினைத்து, ஒரு ஞாயிறு பூஜை முடித்து சர்ச் வாளாகத்தில் ஆட்டோவிற்காகக் காத்திருந்த தருணத்தில், அவனது நினைவுகள் மேலெழுந்து ரெலினா ராஜேஷ் வாய்விட்டு அழத் துவங்கிய போது மரநிழலில் குழுமியிருந்தவர்களிடம் சிறிய சலசலப்புகள் உருவாகின. வெட்டவெளியில் உலகின் முன்பாக அழுதிடும் குறுகுறுப்பில் அவள் ஒடுங்கியபடியிருந்தாள். அவளது மூத்த மகன், 'அப்பா இல்லேனா என்னம்மா, நாங்க இருக்கோம் உங்கள பாத்துப்போம்' என்றபடி தனது கசங்கிய கைக்குட்டையால் அவளது கண்களை ஒத்தினான். இரண்டாவது பையனும் அவளது தோள்பட்டையில் சாய்ந்தவாறே வேகமாகத் தலையை ஆட்டி அதை ஆமோதித்தான். அவளது அழுகை நிற்காமல் வழிந்து கொண்டிருந்தது. அதில் ஏமாற்றத்தின் குறுகலான ஒரு வடிவம் மிதந்துகொண்டிருந்தது. குழந்தைகளைத் தன் மார்போடு அணைத்துக்கொண்டாள். அவளது ஆழமான விம்மல்கள், குழந்தைகளின் சிறிய இதயத்திலிருந்து கேட்டுக்கொண்டிருந்தன. நெருக்கமான அணைப்பின் ஒரு தேற்றல் அவளுக்குத் தேவையாகயிருந்தது. குழந்தை யேசுவைச் சுமந்தபடி நின்றிருந்த மரியத்தின் பெரிய

சிலை அந்த நடுவான வெய்யிலில் காய்ந்துகொண்டிருந்தது. கடைசியாக ஒரு முறை அதைப் பார்த்து மனதிற்குள் சிலுவையை வரைந்து தனது கைகளை இடமும் வலமுமாக ஆட்டி முத்தத்தை நெஞ்சில் புதைத்துக்கொண்டாள். கணவனின் நீண்டநாள் பிரிவில், அவர்களுக்குள்ளிருந்த காதலை நினைத்துத் துய்த்துக் கரைந்து போயிருந்தாள். முழுவதுமாகத் தீர்ந்து கானல் நீராகிப் போய்விட்ட அந்தக் காதலை மீண்டும் மீண்டும் ஒரு வரைபடமாய்த் தனக்குள் எழுப்ப முயன்று தோற்று அதைப் பாதியிலேயே கைவிட்டிருந்தாள்.

***

நெருடல்களால் விட்டுப்போன உறவினால் ஏற்பட்டிருந்த வலியின் தளும்பைச் சதா அவள் தடவிக்கொண்டிருந்தபோது தான் மதனின் அறிமுகம் அவளுக்குக் கிடைத்தது. தனக்குள் மீதமிருந்த காதலின் ஒரு வடிவத்தை அவன் கண்டுபிடித்துக் கொடுத்த தருணங்களும் முறைகளும் அவளுக்குப் பிடித்திருந்தன. தினமும் அலுவலகத்தைச் சுத்தம் செய்வதும், தேநீர் கலந்து பணியாளர்களுக்குக் கொடுப்பதும், மதனும் இன்னும் சில பணியாளர்களும் தங்கியிருக்கும் மூன்று அறைகள் கொண்ட அடுக்கு மாடிக்குடியிருப்பை ஒரு நாள் விட்டு ஒரு நாள் தூய்மை செய்வதுமான ஒப்பந்த நிலைப் பணியாளராக அவளிருந்தாள். மதன், தொகுப்புக் கட்டடத் திட்டங்களுக்கான நிறுவனத்தில் தரம் நிர்ணயக்குழுவில் மேற்பார்வையாளர்களில் ஒருவனாக இருந்தான். தமிழகத்தின் தென் மூலையிலிருந்த ஓர் ஊரிலிருந்து வந்திருந்தான். பெண் சரீரத்தின் மீதான அதீதமான ஏக்கமும் வனப்பும் நிறைந்த வயதிலிருந்தான். மிகச் சாதாரணமாக இருக்கும் தன்னிடம் அவனுக்கு எது பிடித்திருந்ததென ரெலினாவிற்கு முழுவதுமாகத் தெரியவில்லை. சதா அவள் பின்னாலே அலைந்து கொண்டிருந்தவனிடம் பேசிப் பார்த்தாள். பெரிய நிறுவனத்தில் வேலை செய்வதான எந்தவிதக் கெத்துமில்லாமல் அவன் பேசியது அவளுக்குப் பிடித்துப்போனது. சிரிப்பும், நையாண்டியுமான அவனது தென் தமிழக உச்சரிப்புப் பேச்சில் சில பழைய கதைகளை மறக்க முடிவதை நினைத்து உண்மையில் மனதிற்குள் மகிழ்ச்சியாகவே அவள் உணர்ந்தாள். ஆசுவாசத்தின் முதல் படியை இப்படித்தான் நிரப்பினாள். ஒரு நிம்மதிக்கான வழியை இங்கிருந்துதான் உருவாக்க

முயன்றாள். பிறகு அது எல்லையற்றுச் சகலவிதமாக வளரத் தொடங்கியிருந்தது. கட்டடத் திட்டம் மற்றும் மேம்பாட்டுக்கான அவர்களது அலுவலக வாளாகத்திற்குள் இருவரும் ஒருவருக்கொருவர் தொடர்பில்லாதவர்களைப் போல நடந்துகொண்டு, இடைவெளிகளைக் கடைப்பிடித்துத் தங்களுக்குள்ளான இரகசிய உறவை மிகுந்த பாதுகாப்பாகத் தொடர்ந்துகொண்டிருந்தனர்.

அவனுக்கு, அவளது சற்றுப் பெரிதான மார்பங்கள் மீதுதான் முதலில் ஈர்ப்பும் கவர்ச்சியும் ஏற்பட்டது. சமதளமான அவளது வயிறுக்கு மேலாகக் கொஞ்சம் பெரியதாகவே அது தனித்துத் தெரிந்தது. அதிகமும் வேலைப்பாடுகள் ஏதுமில்லாத காட்டன் சுடிதாரில் மிகவும் நேர்த்தியாகக் கண்கள் கூசாதவாறு, மெலிதான முக அலங்காரத்துடன் கோதுமையின் நிறத்தில், மெல்லிய நளினத்துடன் நடந்து நடந்து அலுவலகத்திற்குள் அவள் வேலை செய்துகொண்டு திரியும் போது அவனது கண்கள் தூக்கி நிறுத்தப்பட்டிருக்கும் அவளது மார்பகங்களில்தான் குவிந்திருக்கும். அதன் வனப்பில் லயித்துப் போய்க் கிடந்தான். எப்போதும் அவனது முதல் பார்வை அவளது மார்பகங்களில் குத்தி நின்று கிறங்கிப் பிறகுதான் உடலெங்கும் சுழலும். ஒரு போதும் அவனால் அதை மாற்றிக்கொள்ளவே முடிந்ததில்லை. அவளுடனான பழக்கத்திற்குப் பிறகு, ஒரு முறை அவளிடமே அதைச் சொல்லியுமிருக்கிறான். அவள் அதைக் கேட்டுச் சிரித்தபடி நாணித் தலைகுனிந்து பேச்சற்று நின்றிருந்தாள். தனது கட்டடப் பணியிடத்தில் நிறைந்திருந்த ஆண் பணியாளர்களுக்குள் இருந்த கடுமையான போட்டிகளுக்கிடையில் அவளைத் தனக்கானவளாக ஆக்கிக்கொண்டதை நினைத்துக் கொஞ்சம் பெருமையாகவும் உணர்ந்திருந்தான்.

***

முன்பே திட்டமிட்ட படி, ஒரு விடுமுறை நாளில், சென்னை கடற்கரை செல்லும் புறநகர் மின்சார இரயிலில், ஓரளவிற்கு ஆட்கள் குறைவாக இருந்த பெட்டியில் இருவரும் ஏறிக்கொண்டனர். சேலையில் கொஞ்சம் வனப்பும், அழகும், நளினமும் கூடியிருந்தது அவளுக்கு. இப்போதுதான் முதல் முறையாக அவளைச் சேலையில் பார்க்கிறான். சன்னல்

வழியாக எதிர்க் காற்று அவளுடைய தலை முடியைச் சதா கலைத்தபடியிருந்தது. அனிச்சையாக அவளது கைகள் முடியைச் சரிசெய்த படியேயிருந்ததை அவன் வெகுவாக ரசித்தான். ஒவ்வொரு முறையும் கைகள் மேலெழுந்து இறங்கும்போதும் இடைவெளியில் தெரிந்திடும் மார்பகத்தை ஓரக்கண்களில் ரசித்தான். அவ்வப்போது சேலையை இழுத்து விட்டு அதைச் சரி செய்தபடியிருந்தாள் ரெலினா. அதன்மீதான ஆர்வத்திலேயே அவளுடனான ஒவ்வொரு நொடியையும் அவன் கழித்துக்கொண்டிருந்தான். எழும்பூரில் இறங்கி அருகிலிருந்த தியேட்டருக்குப் படம் பார்க்கச் சென்றனர்.

இருளில், தனது கையை மெதுவாக அவளுடம்பிற்குள் நுழைத்து மெல்லிய வருடல்களால் அவளைத் தீண்டிக்கொண்டிருந்தான். மென் அசைவுகளில் அவனது விரல்கள் அவளுடலில் இலக்கற்று நகர்ந்துகொண்டிருந்தன. விளக்குத் திரியைப் போலத் தனக்குள் எரிந்த படி, மென்மையாக அசைந்து ஒரு மோனத்தின் தன்மைக்குள் அவள் சென்றுகொண்டிருந்தாள். முதல் முறையாகப் படரும் அவனது தொடுதலைத் திடீரென முளைத்திருந்த ஒரு ஈரத்தின் திரட்சியைப் போல அச்சத்துடனும் ஆர்வத்துடனும் உணர்ந்துகொண்டிருந்தாள். தனது இறுக்கத்தைத் தளர்த்திக் கொண்டு மயக்கத்தின் முதல் நிலையில் படிந்து கிடந்தாள். ஒவ்வொரு திறப்பாகத் தனக்குள் நிகழ்ந்துகொண்டிருக்கும் காமத்தின் அடர்த்தியை உணர்ந்து அவனும் லயித்துப் போயிருந்தான். இன்னும் இன்னும் என அவனது மனது விரிந்து கொண்டிருந்தது. ஓர் எல்லைக்குக் கொண்டு சென்று அதை முடிக்க எத்தனித்துக்கொண்டிருந்தான். மலரின் மெல்லிய சாய்வாக அவள் இருக்கையில் எடையற்றுக் கிடந்தாள். திரையில் ஏதோ ஓடிக்கொண்டிருந்தது. மெல்லிய இரைச்சல் சுவர்களில் ஒலித்துக்கொண்டிருந்தன. அவனது கையை எவ்வளவு நீட்டியும் மடக்கியும் அவளது ரவிக்கையின் வழியாக அவளது திரண்ட மார்பகத்தினை அவனால் தொட முடியாமல் இருந்தது. ஏமாற்றத்துடன், குவிந்தபடியிருந்த அந்த ரவிக்கையின் மேல்புறங்களைத் தடவிக்கொண்டிருந்தான். அவள், அவனது கையை அதுவரையில் மட்டுமே அனுமதிப்பது போலச் சற்று இறுக்கமாகப் பிடித்து வைத்திருந்தாள். சற்று மேலெழுந்து உட்கார்ந்தவாறு மீண்டும் மீண்டும் மார்பகங்களை நெருங்கும் அவனது விரல்களை நிறுத்திக் கீழிறக்கினாள்.

உறைந்து போயிருந்த உணர்ச்சிக் குவியல்களின் ஒவ்வொரு புள்ளியையும் அவன் தொட்டு மீட்டெடுக்கும் போது அவள் தன்னையே மறந்து போகத் துவங்கினாள். இருவருக்கும் இருள் கொஞ்சம் பழகிவிட்டிருந்தது. அவனது நாசிக்கு அருகில் தனது உதட்டை நீட்டினாள். அவன் மென்மையாக அதைக் கவ்வி சத்தமின்றி உறிஞ்சத் துவங்கினான்.

சாலையில் நடந்து வந்த போது சூரியன் மேற்கின் எல்லையில் கிடந்தான். ஆரஞ்சு நிற வெய்யில் தரையில் நகர்ந்து கொண்டிருந்தது. அவள், அவனது கைகளை இறுக்கமாகப் பற்றியிருந்தாள். அவளுக்கு அது மிகவும் உணர்வுப்பூர்வமான பிணைப்பைப் போலிருந்தது. பிறகு கொஞ்ச தூரம் கைகளைச் சிறிது வீசியபடி வேகமாக நடந்து சிரித்துக்கொண்டனர். இருவரும் எதுவும் பேசவில்லை, அல்லது பேசுவதற்குத் தோன்றவில்லை. அந்த நிகழ்வின் சாரத்தை ஒவ்வொரு இழையாக இருவரும் ரசித்து அனுபவித்தனர். நெருக்கத்தின் சிறிய ரேகைகள் அவர்களின் முகங்களில் பரவிக் கிடந்தன. காஃபி கடையொன்றில் அமர்ந்து காஃபி குடித்துவிட்டு, குழந்தைகளுக்கென சில திண்படங்களைப் பார்சல் கட்டி வாங்கிக்கொண்டாள்.

“தியேட்டரில்… நடந்..தது பிடிச்சிருந்துச்சா..?” மெல்லிய குரலில் தொடங்கினான்.

“ம்…” தலையைச் சிறிது ஆட்டிச் சொல்லும்போது அவளது கண்கள் விரிந்திருந்ததை அவன் கவனித்தான். மேலும் அவளாகவே வெட்கத்துடன் தொடர்ந்தாள்,

“நிறைய… நாளாச்சு, இப்படி உணர்வுகளுக்குள்ளாக முழுவதுமாகக் கரைந்து…” என்றாள் சிறிய நாணத்துடன்.

“அடுத்த வாரத்தில்… என் ரூமில் இரண்டு பேரும் ஊருக்குப் போறானுங்க.. நீ சொன்னா அங்க பிளான் பண்ணலாம்…” கோர்வையில்லாமல் மெலிதாகக் கேட்டான்.

“அத அப்புறம் பாக்கலாம்” என்றாள் பெரிதாகச் சிரித்தபடி.

***

மரங்களின் இலைகள் சுருண்டு கிடக்கும் மாலைநேரத்தில் பஜாரில் காஃபி கடையொன்றில் தன் குழந்தைகளுடன் அவனுக்காகக் காத்திருந்தாள். குழல் விளக்குகளின் வெள்ளை ஒளிகளில் கடைகள் ஒளிர்ந்துகொண்டிருந்தன. குழந்தைகள் இருவரும் தட்டிலிருந்த பஜ்ஜியைக் கொரித்துக்கொண்டிருந்தனர். அவனது வருகையை எதிர் நோக்கி வாசலைப் பார்த்தவாறு அவள் அமர்ந்திருந்தாள். அவளது முகத்தில், குழந்தைகள் அவனை எப்படி ஏற்றுக்கொள்வார்கள்? என்ன நினைப்பார்கள்? போன்ற எண்ணற்ற கேள்விகளின் சலனங்கள் பரவியிருந்தன. ஒரு அவசரத்தின் தொனியில் அவளது முகம் நொடிக்கு நொடி மாறிக்கொண்டிருந்தது. தனது குழந்தைகளிடம் அவன் பேசிப் பழகப் போகும் தருணங்களுக்கான ஏக்கத்தைச் சுமந்தபடி நகர்ந்துகொண்டிருந்தன அந்த நிமிடங்கள்.

முன்திட்டமிடப்படாத வருகையைப் போலான செயற்கையான இயல்புடன் கடைக்குள் நுழைந்து அருகிலிருந்த மேஜையில் அமர்ந்துகொண்டான். தற்செயலாக அவனைச் சந்திக்கும் பார்வையில் அவனைப் பார்த்து பேசத் துவங்கினாள் ரெலினா. நலம் விசாரிப்புகளுக்குப் பிறகு 'சார்தான் எனது பணியிடத்தின் மேலாளர்' என்று தனது குழந்தைகளிடம் அவனை அறிமுகப்படுத்தி வைத்தாள். அவன் அளவாகச் சிரித்துக் குழந்தைகளை நோக்கிக் கையசைத்தான். என்ன படிக்கிறார்கள், எந்தப் பள்ளியில் படிக்கிறார்கள் போன்ற வழமையான கேள்விகளைக் கேட்டுக் கொண்டே காஃபியை அருந்தி முடித்தான். அவர்களுக்கும் தனக்குமான பில்லைக் கட்டிவிட்டு வெளியேறத் தயாரானபோது, மெலிதாகச் சுருட்டிய இரண்டு 2000 ரூபாய் நோட்டுக்களை அவளது கைகளுக்குள் யாருக்கும் தெரியாதவாறு இரகசியமாக நுழைத்திருந்தான். 'அங்கிளை சண்டே வீட்டுக்கு வரச்சொல்லு... உன்னுடைய பிறந்த நாளுக்கு அங்கிளைக் கூப்பிடு' என்றாள் இளையவனிடம். அவனும் தனது சிறிய குரலில் 'நீங்கள் கண்டிப்பாக சண்டே வரவேண்டும் அங்கிள்' என்றான். சிரித்துக் கொண்டே 'கட்டாயம் முயற்சிக்கிறேன்' என்றபடி மீண்டும் ஒரு முறை எல்லோரிடமும் சொல்லிவிட்டு விடைபெற்றுக்கொண்டு வெளியேறினான். அவள் குழந்தைகளை அழைத்துக்கொண்டு இளையவனின் பிறந்த நாளுக்கெனப் புதிதாக ஆடைகள் வாங்குவதற்காகப் பெரிய

கடையொன்றிற்குள் நுழைந்திருந்தாள். சுருண்டு கிடந்த ரூபாய் நோட்டுக்களை விரித்துத் தனது சிறிய பர்சுக்குள் வைத்து உள்ளங்கையில் இறுக்கமாகப் பற்றிக்கொண்டாள்.

இந்தச் சந்திப்பை அவள் திட்டமிட்டுச் சொன்னபோதே அவன் வர முடியாது என மறுத்துப் பார்த்தான். ஆனால் அவளது பிடிவாதத்தால் வரவேண்டியதாகிவிட்டது. அவளது இளைய மகனது பிறந்தநாளுக்கான பரிசுத் தொகையை அவனிடமே கொடுக்க வேண்டுமெனச் சொல்லிக் கெஞ்சிப்பார்த்தாள். அவன் அதைக் கடைசி வரை ஒத்துக்கொள்ளவேயில்லை. அவள், அவர்களது தனிமையான சந்திப்புகளில் தனது குழந்தைகள் பற்றியும், வீட்டைப் பற்றியுமே அவனிடம் சொல்லிக்கொண்டிருப்பாள். அவர்களது செய்கைகளை, அவர்களின் பள்ளியில் நடந்தவைகளை, நகைச்சுவைகளை, விட்டுச் சென்ற கணவனை நினைத்து அழும் போது ஆறுதல்படுத்துவதை என அவர்கள் குறித்த எதையாவது சொல்லிக்கொண்டேயிருப்பாள். அவன், அசைந்திடும் அவளது உதடுகளையும் மார்பகங்களையுமே பார்த்தபடியிருப்பான். மேலும் ஓய்ந்திடாமல் அவளது வீட்டையும், குழந்தைகளையும் பார்க்க வரவேண்டும் எனச் சொல்லி நச்சரித்துக் கிடந்தாள். ஆனால் அவன் அதையெல்லாம் ஒரு பொருட்டாகவே காது கொடுத்துக் கேட்கமாட்டான். தனிமையில் நிகழக்கூடியதான இரகசியமான சந்திப்புகளுக்கான ஒற்றை லயத்திலேயே அவளை அவனது மனம் நிறைத்து வைத்திருந்தது.

இரண்டு விதங்களில் அவள், தனக்கான இந்த வாழ்வைச் சமப்படுத்தி வைத்திருந்தாள். ஒன்று தனது குழந்தைகளின் மீதான பேரன்புகளைக் கொண்டும் மற்றது மதனது காமம் தோய்ந்திருந்த காதலின் அளவற்ற உணர்ச்சிகளினால் நிரம்பியிருந்த தற்போதைய உறவைக் கொண்டும்தான். இவற்றில் எதனொன்றின் மீதான ஏமாற்றத்தையும் அவளால் எதிர்கொள்ள முடியாததாகவே நினைக்கத் துவங்கியிருந்தாள். மதன் மீதான, இந்த உறவின் மீதான நம்பிக்கைகள் கொஞ்சம் ஊசலாட்டத்திலிருந்தாலும் அவனை அவளுக்குப் பிடித்திருந்தது. அந்த நெருக்கம் அவளுக்குத் தேவையாகவுமிருந்தது. அவன், அவளை அப்போதைக்கான வடிகாலாக மட்டுமே நினைத்துச் சுற்றிக்கொண்டிருந்ததால்

அவளது குழந்தைகளுடனான நெருக்கத்தைத் திட்டமிட்டே தவிர்த்து வந்தான்.

***

லேசாக மழை பெய்து முடிந்திருந்தது. சாலைகளில் ஈரம் படிந்திருந்தன. அவனது அடுக்குமாடிக் குடியிருப்பின் பிரதான பால்கனியின் கம்பிகளில் மழை நீர் சொட்டிக் கொண்டிருந்தது. அதன் ஓரத்தில் நின்றபடி பாதி மீதமிருந்த சிகரெட்டைப் பற்றவைத்து இழுத்துப் புகையைக் காற்றோடு விட்டுக்கொண்டிருந்தான். அவனது பார்வை கீழேயே குவிந்தபடி அவளது வருகையை எதிர்பார்த்துக் கிடந்தது. உணர்ச்சிகளின் தீவிரமான மனநிலையில் அவளை எதிர்பார்த்திருந்தான். ஒரு சிறிய தீக்குச்சியைப் போல உரசி அவளை நெருப்பாக்க நினைத்திருந்தான்.

கொஞ்ச நேரத்தில் அவனது குடியிருப்பிற்குள் நுழைந்தவள், திறந்திருந்த அவனது அறையை நோட்டமிட்டுவிட்டு, அருகிலிருந்த மற்ற பணியாளர்களின் அறையைப் பெருக்க ஆரம்பித்திருந்தாள். பழைய காட்டன் சுடிதார் ஒன்றை அணிந்திருந்தாள், சால்வையைத் தோளின் ஒரு பகுதியிலிருந்து இழுத்து இடுப்பைச் சுற்றிக் கட்டியபடி அவளது வேலையைத் துவங்கியிருந்தாள். பின்னால் அவளது அசைவைக் கவனித்தபடி, நின்றிருந்த மதனை எதிரிலிருந்த மரபீரோவின் கண்ணாடியில் பார்த்த பிறகு, இரண்டு மார்புகளுக்கு நடுவில் இருந்த சால்வையை முழுவதுமாக இழுத்து விட்டபடி, 'என்ன' என்பதைப் போலப் பார்த்தாள். அவளுக்காகத் தான் இன்று விடுமுறை எடுத்திருப்பதாகச் சொன்னான். மேலும் அருகிலிருந்த அறைகளிலிருந்த மூவரும் ஊருக்குச் சென்றிருப்பதாகவும் சிரித்தபடி கூடுதலாகச் சொன்னான். அதற்கு என்ன என்பதைப் போலப் பார்த்துவிட்டு, மூலையில் குப்பையைக் குவித்து அள்ளினாள். அவள் குனிந்தபோது பின்னாலிருந்து அவளைக் கட்டிப்பிடித்து காதுமடல்களைக் கடித்தான். திணறியபடி அவனது இறுக்கத்திலிருந்து வெளியேற முயன்றாள். முடியவில்லை. வேண்டாம் என்பதைப் போலத் தலையாட்டிய படி அவனது இறுக்கமான பிடிக்குள் நின்றிருந்தாள். அவனது நெருக்கத்தை மனதிற்குள் விரும்பினாள். தனது அறைக்கு அவளை நகர்த்திக்கொண்டு வந்தவன்,

தொடர்ந்து முத்தமிட்டபடி அவளது மார்புகளை அழுத்தமாக அமுக்கிக்கொண்டிருந்தான். அவள் திமிறி அவனைவிட்டு வெளியேறி, அறையின் மூலையில் மூச்சுவாங்க நின்றிருந்தாள்.

மீண்டும் வலுக்கட்டாயமாக அவளைப் பின்னாலிருந்து அணைத்த படி, ஒரு கையால் சுடிதாரின் கீழ்முனையைப் பற்றி மேல்நோக்கி இழுக்கத் துவங்கினான். அவள் அதை மறுத்து அவனது பிடியிலிருந்து விலக முயன்றபடி, தனது மார்புப் பகுதியில் ஒரு கையைக் குறுக்காக வைத்தபடி மறுகையால் சுடிதாரைக் கீழ் நோக்கி இழுத்தபடியிருந்தாள். அவன், அவளது கழுத்தில் உதடுகளை அழுத்தி முத்தங்களைப் பதித்தான், காதுமடல்களைக் கடித்து நுனி நாக்கால் வருடிக்கொடுத்தான். அவளது நளினம் நிறைந்த அசைவுகள் அவனுக்குச் சம்மதம் கொடுத்தாலும், அவளது கைகள் சுடிதாரை மேல் நோக்கி நகர விடவில்லை. அவன் தனது ஒரு கையை அவளது தொடைகளுக்குள் நுழைத்து சல்வார் பேண்ட்டோடு இறுக்கிக்கொண்டான்.

“ப்ளீஸ் இன்னைக்கு வேண்டாம், நான் கொஞ்சம் வேகமாகப் போணும்” என முனுமுனுத்தபடியிருந்தாள்.

“இன்னைக்குத்தான் எல்லாவற்றிற்கும் சரியான நாள்” என்றபடி அவளது சல்வார் பேண்டை முழுவதுமாக இழுக்கப் பார்த்தான். அவளது கைகள் அதற்கு எவ்வித மறுப்பேதும் சொல்லாததால், சீக்கிரமாக முழுவதுமாக இழுத்து விட்டான். அது அவளது குதிகாலில் இடறியது, காலிலிருந்து அதை இழுத்து வெளியே எறிந்தான். சுடிதாரின் மேலாகக் கைகளைக் குறுக்காகக் கட்டியபடி அரைநிர்வாணமாக அவள் நின்றாள். காமத்தின் இடைவிடாத துடிப்பொன்று அந்த அறை முழுவதுமாகக் கேட்டுக் கொண்டிருந்தது.

உணர்ச்சியின் பெரும் குவிப்பில் அவளது சுடிதாரைக் கீழிருந்து பிடித்திழுத்து ஒரே மூச்சில் கழற்றி எறிந்தான். கைகளை மார்புக்குக் குறுக்காகக் கட்டியபடி தனது உள்ளாடையை மறைத்துகொண்டாள். அவன் அதையும் உருவ முயன்ற போது அவளது கண்களில் கண்ணீர் வடியத் துவங்கியது. அவளது காமத்திற்குள் படர்ந்திருந்த சிறிய தனியான வேதனையொன்றை நினைத்துப் பயந்துகொண்டிருந்தாள்.

பின்கழுத்தில் உதடுகளை அழுத்தி முத்தங்கள் கொடுத்தபடி, அவளது உள்ளாடையைத் தீவிர முனைப்பில் கழட்டினான். அதீதமான பஞ்சுகளால் உட்புறத்தில் நிரப்பப்பட்டு மேற்புறமாகச் சற்று உப்பியிருந்த அது, மென்மையான சிவப்புத் துணியில் சிறிய பூக்களின் பின்னல்களுக்கிடையில் தைக்கப்பட்டிருந்தது. இறகின் வழுவழுப்போடு அது கழன்று அவளது உடலிலிருந்து நழுவிக் கீழே கிடந்தது. முழுவதுமாகச் சூம்பிப் போய் வற்றிய நிலையில் தளர்ந்து, நீளவாக்கில் சற்று பெரிய கோடு மாதிரி கீழிறங்கித் தொங்கிக் கிடந்தன அவளது முலைகள். தடித்த காம்புகளில் பால் கசிந்து நின்றிருந்தன. குறுக்காகக் கைகளை வைத்து அவற்றை மறைத்துக்கொண்டு நின்றிருந்தாள் அவள். கண்களில் ஒரு மிரட்சியின் வடிவம் ஒட்டிக்கொண்டிருந்தது. அவளது முலைகளை வெறுப்பின் சாயலோடு ஆச்சரியத்துடன் பார்த்தவாறே அதிர்ச்சியில் அவன் இமைக்காமல் நின்றிருந்தான். சில நொடிகளில் அவனது உணர்ச்சிகள் வடிந்து வெற்றுடலாகி நிற்பதைப் போல அவன் உணர்ந்திருந்தான். மதிலில் சாய்ந்த படி அரைநிர்வாணமாக நின்றுகொண்டிருந்த அவளைப் பார்ப்பதற்கே அவனால் முடியவில்லை. உடைகளின் வெளியே அவன் பார்த்து ரசித்து அனுபவிக்க விரும்பிய கற்பனையான வடிவிலிருந்து அது முற்றிலுமாக மாறிக் கிடந்தது. அருவருப்பின் முற்றிய நிலையை அவனது மனம் அடையத் துவங்கியிருந்தது. கண்ணீருடன் நின்றிருந்த அவள் தனது முலைகளில் ஒன்றைத் தூக்கி அவனை அழைத்தாள். அவனதை வெறுப்போடு பார்த்தான். முகத்தைச் சுருக்கியபடி, தரையில் கிடந்த அவளது உள்ளாடையை எடுத்து அதீதமான பஞ்சுகளைக் கொண்ட உப்பலான அதன் மேற்புறத்தைத் தடவியவாறே அவளது கண்களைப் பார்த்தான். அது அவனிடம் எதையோ இறைஞ்சி அழும் தொனியிலிருந்தது. அவளிடம் அதை நீட்டினான். அதை வாங்காமல் அவளது தடித்த காம்புகளில் கசிந்திருந்த பாலைப் புள்ளியாக்கி அவனிடம் மீண்டும் காண்பித்தாள். அவனதை ஆழ்ந்தவொரு வெறுப்பின் சாயலோடு பார்த்துவிட்டு பால்கனிக்குப் போனான். வானையே வெறித்தபடி சிகரெட் குடித்துவிட்டுச் சில நிமிடங்கள் வரை அங்கேயே நின்றிருந்தான்.

உடைகளை உடுத்திக்கொண்டு, மெத்தை விரிப்புகளைச் சரி செய்து விட்டு அதன் ஓர் ஓரத்திலமர்ந்து அவள் பேசத்

துவங்கும்போது அவன் அவளது மடியில் படுத்துக் கண்களை மூடிக்கிடந்தான். உடைகளின் பரப்பினூடாகப் பெரிதாகத் திரண்டு நின்ற அவளது மார்பகங்களை அவனது கை தடவிக்கொண்டிருந்தது. இரண்டாவது பையன் பிறந்ததற்குப் பிறகான சில மாதங்களில் அவளது இரண்டு முலைகளும் சூம்பி நீர்த்துப்போய் பழைய காய்ந்த சுரைக்காயைப் போலாகிவிட்டதெனச் சொன்னாள். பால் கசிவது இப்போது வரை நிற்காமல் தொடர்வதாகவும், அவ்வபோது அதில் கடினமான வலிகளை உணர்வதாகவும் பொத்தேரி *SRM* மருத்துவமணையில் தொடர் வைத்தியம் பார்ப்பதாகவும் கலங்கியிருந்த கண்களுடன் கோர்வையாகச் சொன்னாள். அவளும் கணவனும் மருத்துவமணைக்குச் சென்று முதன்முதலாக இது குறித்து விவரம் கேட்டபோது ஹார்மோன்களின் அளவற்ற சிக்கல்களினாலும் சீரற்ற தன்மையினாலும் இது வந்திருப்பதாகவும், மேலும் தீவிரத்தன்மையில் இது அவளது ஆயுள் உள்ளவரை தொடரவும் வாய்ப்புள்ளதாகவும் தொடர் மருத்துவத்தில் இதைக் கட்டுப்படுத்தி வைக்கலாம் என்றும் மேலும் நீண்ட ஆங்கிலத்தில் இந்த நோய்க்கான பெயரொன்றையும் மருத்துவர்கள் கூறியதாகவும் சொன்னாள். மாதவிடாய்க் காலத்தில் சற்று அதிகமான வலியை இப்பொழுதெல்லாம் அதில் உணர்வதாகவும், அந்த வலி பழைய கத்தியைக் கொண்டு தனது மாாபகங்களை அறுத்திடுவது போலிருப்பதாகவும் கண்ணீருடன் சொன்னாள். மருத்துவமணைக்குச் சென்று திரும்பிய ஒரு வாரத்தில் அவளது கணவன் அவளை விட்டுச் சென்று விட்டதாகவும், அப்போது தனது இரண்டாவது மகனுக்கு மூன்று வயதென்றும், கொஞ்ச நாள்களுக்கு முன்னதாக அவனுக்குப் பத்தாவது பிறந்தநாள் கொண்டாடியதையும் சுவரின் ஒரு புள்ளியில் பார்வையைக் குவித்தவாறு அசட்டுத்தனமாகச் சிரித்தபடி ஞாபகப்படுத்தினாள். அவனுக்கு அடரிருளில் நுழைந்திருப்பது போலிருந்தது. எதுவும் புரியவில்லை. மனது, குழப்பத்தில் பெரிய இரைச்சலில் சிக்கிக்கொண்டது போலாகிக் கிடந்தது. அவனால் எதையும் ஏற்றுக்கொள்ள முடியவில்லை. ஏமாற்றத்தின் திரண்ட கசப்பு அவனது உடல் முழுவதுமாகத் தீவிரமாகப் படர்ந்திருந்தது. திடீரென எழுந்து சட்டையை மாற்றிக்கொண்டு அறையிலிருந்து விருட்டென வெளியேறினான். தனது காய்ந்த முலைகளில், அவனது உதடுகளின் மெல்லிய ஸ்பரிசத்தால்

வருடிடும் காதலை எதிர்பார்த்து ஏமாந்து போயிருந்தாள் ரெலினா. அவளது கண்கள், அவன் வெளியேறிய வாசலைப் பார்த்தபடியே கண்ணீரைக் கொட்டத் துவங்கின.

ஓர் உறவு கடைசியாக அவளை விட்டுச் செல்லும் முறைகளை அவள் நன்கு அறிந்திருந்தாள், உறுத்தும் அதன் சிக்கல்கள் நிறைந்த வலிகளும் அவளுக்குத் தெரியும். முன்பே எதிர்பார்ந்திருந்தது தானென்றாலும் ஒரு நம்பிக்கையில் இவ்வுறவை இதுவரை வளர்த்துக்கொண்டு வந்திருந்தாள். ஆனால் முன்பே அவள் உத்தேசித்திருந்த அதே முடிவுதான் அவளுக்குக் கிடைத்திருந்தது. சில நம்பிக்கைகளும், விருப்பங்களும் உடைந்திடும் பொழுதுகளை நீங்கள் கவனித்திருந்தால், அவற்றைப் பாதுகாத்து வைத்திருந்த மனதிற்குள் நிகழும் கணக்கற்ற விரிசல்களையும், ஆழமான துயரங்களையும் அதன் வலிகளையும் உங்களால் உணர்ந்து கொள்ளமுடியும். அவளுக்குள் பரவத் துவங்கியிருந்த வெற்றிடத்தை உடனடியாக ஏற்றுக்கொள்ள முடியாமல் தனக்குள்ளே உலர்ந்து போகத் துவங்கினாள். காதலில் படர்ந்திருக்கும் எல்லையற்ற பேரன்பின் சிறு வடிவமொன்றை யாரிடமாவது பார்த்துவிடுவதான அவளது ஏக்கம் அவளது உடல் முழுவதும் சுற்றியபடி மெல்லிய கோடாய் மாறிக்கிடந்தது.

***

தொடர்ச்சியாக இரண்டு நாள்களுக்கு மேலாகியும் ரெலினா அலுவலக வேலைக்கு வரவில்லை. அவளது அலைபேசி முற்றிலுமாக அணைத்துக் கிடந்தது. அது வரையிலான நிகழ்வுகளை மனத்திரையில் ஓடவிட்டு அலுவலக நேரங்களிலும் இருக்கையிலேயே அமர்ந்து மனது வெம்பி தலை கவிழ்ந்து கிடந்தான் மதன். அவனுக்குக் கிடைத்திருந்த ஏமாற்றத்தில் கண்ணீர் கொஞ்சமும் வரவில்லை ஆனால் மனதின் குறுகுறுப்பு அவனை நசுக்கத் துவங்கியிருந்தது. மிக மோசமாக அவளது நம்பிக்கையைக் குலைத்துவிட்டதான நினைப்பு அவனை நிம்மதியிழக்க வைத்திருந்தது. அவனது சிறு சிறு தவறுகள் ஒன்றிணைந்து உருவாகியிருக்கும் இந்த நிலைமையை உடனடியாகக் கலைத்து தப்பித்துக் கொள்வதற்கான வழியொன்றை அவன் தேடத் துவங்கினான். இரண்டு நாள்களும் அதீத மதுவில் அவளைக் கடந்து சென்றுகொண்டிருந்தான்.

மூன்று நாள்களுக்குப் பிறகு அவள் வேலைக்குத் திரும்பியிருந்தாள். முகத்திலும் அசைவுகளிலும் முன்பை விடத் தெளிவும் நளினமும் கூடியிருந்தது. சிரிப்பின் மென்மையை எல்லோரிடத்திலும் பகிர்ந்தபடியிருந்தாள். எந்தவித மாற்றங்களுமின்றி அவளது அன்றாடப் பணிகளில் தன்னை நிறைத்திருந்தாள். எதுவுமே நடக்காதது போலான இயல்பான பார்வைகளை அவள் மதன் மீது பரவவிடும்போது, அவன் உணர்ச்சியற்றுப் பார்வையைத் திருப்பிக்கொண்டான். சற்று தூக்கி நிறுத்தப்பட்ட அவளது மார்பகங்களை அவன் காண நேர்ந்தபோது, அதீதமான பஞ்சுகளால் தைக்கப்பட்ட சற்று உப்பிய உள்ளாடையே அவனது கண்களுக்குத் தெரிந்தது. அப்போது அவனது வலியின் கீறலை யாரோ அதீதமாக அழுத்துவது போலிருந்தது அவனுக்கு. ஆனால் அவள் எப்போதும் தனக்கிருக்கும் குறைகளின் வடிவத்தை வேறொன்றின் வாயிலாக நேர்மறையின் வெளிப்பாடாக மாற்றி அவளது வாழ்வைச் சமப்படுத்திக்கொண்டிருந்தாள்.

அவளிடம் எந்தச் சலனமுமில்லை. நான் இப்படித்தான், என் உடல்வாகு இதுதான். நீயும் நானும் விரும்பும் காதலையும், காமத்தையும் பங்கிட்டுக் கொள்வதற்கும், அனுபவிப்பதற்கும் இதனால் எந்தக் குறையும் வந்துவிடப் போவதில்லை. உனக்கு நான் வேண்டுமென்றால் என் பலவீனத்தையும் நீ ஏற்றுக்கொள்ளத்தான் வேண்டும். ஒரு வகையில் அதுதான் பேரன்பு, அதைத்தான் எதிர்பார்க்கிறேன் என்பதையே அவள் ஆணித்தரமாக நம்பிக்கொண்டிருந்தாள். அவளது நடவடிக்கைகளும் இதையே பிரதிபலித்தன. அவனிடமும் இதைத்தான் சில நாள்களுக்குப் பிறகான சந்திப்புகளில் சொல்லவும் செய்தாள். அவன் உணர்ச்சிப் பெருக்கின் தீவிரத்துடன் அவளை இறுக்கமாக அணைத்துக் கொண்டான். அதற்குப் பிறகு சில நேரங்களில், கிடைத்திருந்த வாய்ப்புகளில் அவனது அறையில், எரிந்துகொண்டிருந்த காமத்தின் வாசனைகளை இருவரும் முழுவதுமாக ரசித்து வாழ்ந்து அனுபவித்து முடித்திருந்தனர்.

***

அவன் தங்கியிருக்கும் அடுக்குமாடிக் குடியிருப்புகளின் பராமரிப்பு மற்றும் பாதுகாப்புக்காகத் தரைத்தளத்தின்

மூலையில் ஒரேயொரு அறைகொண்ட சிறிய பகுதியில் கணவனும், மனைவியும், பள்ளியில் கடைசி வருடம் படித்துக்கொண்டிருக்கும் பெண் பிள்ளையுமாக வசித்து வரும் சிறிய குடும்பத்தைச் சில நாள்களாகச் சற்று கவனிக்கத் துவங்கியிருந்தான் மதன். அவனது அறைத் தோழர்கள்தான் 'மேரி ஆண்டி'யென அலுவலகம் விட்டுத் திரும்பும் போது அந்தப் பெண்மணியிடம் பேசிக்கொண்டிருப்பார்கள். தெலுங்கு கலந்த தமிழில் அவர்களது உரையாடல்கள் இருக்கும். அவர்கள் சொல்லும் சிறிய நகைச்சுவைகளுக்குக் கூடப் பெரிதாக சிரித்தபடியிருப்பாள். ஆனால், மதன் ஒரு நாளும் அவளிடம் பேசியதில்லை. சிலமுறை வீட்டின் சாவிக்காக அவளை அழைத்திருக்கிறான் அவ்வளவுதான். எப்போதும் அறையின் வெளியே பிளாஸ்டிக் சேரில் முழுவதுமாகத் தன்னைத் திணித்து அமர்ந்தபடி அறைக்குள் ஓடிக்கொண்டிருக்கும் தொலைக்காட்சிப் பெட்டியை வெறித்தபடியிருப்பாள். சில மாலை வேளைகளில் அவளுடன் குடியிருப்புவாசிகளில் சிலருமாக - அவளது வயதை ஒத்த பெண்களும் சற்று வயதான ஆண்களுமாக - அமர்ந்து பேசிக்கொண்டிருப்பார்கள். அதில் முக்கியமாக ஒவ்வொரு வீட்டின் திரைகளைக் கடந்து செல்லும் கோணங்களும், சொற்களுமிருக்கும்.

மேரிதான் மூன்று மாடிகளின் வராந்தாக்கள், படிக்கட்டுகள் மற்றும் தரைத்தளத்திலிருக்கும் பார்க்கிங் ஏரியா முழுவதுமாகப் பெருக்கிச் சுத்தம் செய்து வந்தாள். மேரியின் கணவன் சவேரி முத்து காலை வேலைகளில், அருகிலிருந்த ஒரு நிறுவனத்தில் காவலாளியாக வேலைசெய்து வந்தான். இரவில் சரியாகப் பதினோறு மணியளவில் அடுக்குமாடிக் குடியிருப்பின் இரும்பு வாயிற்கதவைப் பெரிய பூட்டால் பூட்டிவிட்டுத் தனது அறைக்கு வெளியே சிறிய கட்டிலில் படுத்துக்கொள்வான். குடியிருப்புகளின் உரிமையாளர்களால் நிர்வகிக்கப்பட்ட சிறிய அமைப்பின் மேற்பார்வையில் இத்தகைய வேலைகளுக்கென மேரி குடும்பம் நியமிக்கப்பட்டு சம்பளமாக ஒரு சிறு தொகையும் வழங்கப்பட்டு வந்தது. அவள், மேலும் அருகிலிருக்கும் சில வீடுகளுக்கு வேலைக்குச் சென்று வந்துகொண்டிருந்தாள்.

அவளது மகள் ஜான்சி, அவளது சிறிய கண்களின் வழியாகத் தன்னைப் பார்ப்பதும், தான் திரும்பப் பார்க்கும் போது நெளிந்து பார்வையைக் கீழ்நோக்கிக் குவித்துக் கொள்வதையும்

சில நாட்களாகக் கவனித்து வந்தான் மதன். கடைசி இரண்டு தடவையும் சாவியைக் கேட்கும் போதும் ஓடி வந்து அவளே எடுத்துக்கொடுத்தது அத்தனை இயல்பானதா? என நினைக்கத் துவங்கினான். முன்பு சில முறை அவளைப் பார்க்க நேர்ந்த போதும் அவளிடம் எந்த ஈர்ப்பும் அவனுக்கு ஏற்படட்டதில்லை. அதற்குக் காரணமும் இருந்தது. ஜான்சிக்குச் சிறிய கண்கள், அது எப்போதும் பரிதாபத்தை எதிர் நோக்கிக் காத்திருக்கும். தோள்பட்டை வரை கத்தரித்திருந்த முடி அடர்த்தியாகப் புரண்டு கிடக்கும். சிறு வயதில் சுடு தண்ணீரை அடுப்பிலிருந்து இழுத்துக் கொட்டிவிட்டதில் முகத்தில் இடது புறமாக நெற்றியிலிருந்து கழுத்து வரை தோல் கருகி சுருக்கங்களுடனான வடுக்கள் படர்ந்திருந்தன. அது தோள்களிலும் பரவி வயிற்றின் அடி வரை நீண்டு கிடந்தது. அத்தனை கோரமில்லையென்றாலும் முதல் முறையாகப் பார்ப்பவர்களிடம் இருந்து இரக்கத்தை வெளிக்கொண்டு வந்திடும் வடிவமாக அது இருந்தது. நெற்றியில் வைத்துக்கொள்ளும் சிறிய பொட்டு அவளை வேறொரு வகையில் இன்னும் எடுப்பாக ஆக்கிக் காண்பித்தது.

ஜான்சியின் கண்களிலும், உடலசைவுகளிலும் புதிதாகப் பரவியிருந்த காதலின் மெல்லிய ஆசைகளை நேருக்கு நேராகப் பார்த்தபடியிருந்த மதன் அவளை வீழ்த்துவதற்கான குறிகளில் தன்னை முழுவதுமாகத் தயார் செய்தபடியிருந்தான். சில நாள்களுக்குள்ளாகவே அவளது அலைபேசி எண்ணை வாங்கியிருந்தான். இரவுகளில் குறுஞ்செய்திகளால் இருவரும் தூக்கமிழந்தனர். தினமும் அலுவலகம் விட்டுத் திரும்பும்போது முதல் மாடியின் மாடிப்படிகளில் முத்தங்களைப் பகிர்ந்து கொண்டனர். அவளினுள் எரிந்துகொண்டிருந்த காமத்தில், ஒரு சிறிய பூவைப் போலச் சரிந்து அவனுக்குள் கிடந்தாள் ஜான்சி. அவளது சிறிய முலைகளைத் தடவிக்கொடுத்தபடி எப்போதும் ஒரு கிறக்கத்தில் வைத்திருந்தான் மதன். அவனது அறைக்கு அழைத்துக் கொண்டு போவதற்கான நாள்களை எதிர்நோக்கியவாறு காத்திருந்தான். இந்த இடைப்பட்ட நாள்களில் ரெலினாவுடனான சந்திப்புகளையும், அலைபேசி அழைப்புகளையும் திட்டமிட்டு முற்றிலுமாகத் தவிர்த்திருந்தான்.

ஒரு மதிய உணவிற்குப் பிறகான நேரத்தில், சுற்றிலுமாக எவருமில்லை என்பதை இருவரும் உறுதிபடுத்திக்கொண்டு முதல் தளத்தின் யாருமற்ற மாடிப்படிகளின் திருப்பத்தில்,

பின்புறமாக ஜான்சியை இறுக்கமாகக் கட்டிப்பிடித்து கைப்பிடிச் சுவரோடு சாய்த்த படி அவளது காதுமடல்களில் இதழ் ஒத்திக்கிடந்தான் மதன். தனக்கான பரிட்சைகள் முடிந்துவிட்டதாகவும், நாளை மறுநாள் ஆந்திராவிலிருக்கும் தனது சொந்த ஊருக்குச் செல்ல இருப்பதாகவும், திரும்ப வருவதற்கு ஒரு மாதத்திற்கு மேலாகுமெனவும் அவள் சொல்லிக்கொண்டிருந்தாள். அவனும் ‘ம்’ போட்டபடியே பின்புறமாக அவளை இறுக்கிக்கொண்டிருந்தான். அவனது கைவருடல்களில் மயங்கிக் கண்கள்சொருகி நின்றிருந்தாள் ஜான்சி. இருவருக்குள்ளும் எந்தவித பயங்களுமற்று நிகழ்வில் மிதந்து ஒன்றிக்கிடந்தனர்.

மதனது குடியிருப்பைச் சுத்தம் செய்துவிட்டு மெலிதான செருப்பொலி சப்தத்தில் இறங்கிக்கொண்டிருந்த ரெலினா மேலிருந்த படியே கைப்பிடிச்சுவரின் இடைவெளி வழியாக அவர்களின் அசைவுகளை ஒருவாறு கவனித்திருந்தாள். யாரென்று தான் அவளுக்குத் தெளிவாகத் தெரியவில்லை. காலடிகளை மேலும் மெதுவாக்கிக் கொண்டு இறங்கி வந்து முதல் தளத்தின் வராந்தா முனையிலிருந்து பார்த்த போது கீழே மதனும், ஜான்சியும் நெருக்கமாக நின்றுகொண்டிருந்தனர். அதிர்ச்சியில் முழுவதுமாகச் சலனமற்று அப்படியே நின்றுவிட்டாள். சில நொடிகளில் ஜான்சி அவளைப் பார்த்து ‘அக்கா’ என முனுமுனுத்து அவனது இறுக்கத்திலிருந்து பதறி வெளியேறினாள். அப்போதுதான் மதன், கண்களை மேலே குவித்து அரைகுறையாக ரெலினாவைப் பார்த்தான். திடுக்கிட்டுத் தலையைக் குனிந்தவாறு நின்றான். அவள் எதையும் பார்க்காத மாதிரி சற்று வேகமாக அவர்களைக் கடந்து கீழிறங்கிப் போனாள்.

ஒன்றின் மீதான நம்பிக்கையை வளர்த்தெடுப்பதென்பது, அதை எப்போதும் பரிசீலனைக்குக் கொண்டு வந்து பிரித்துப் பிரித்து அதன் அடுக்குகளைக் காண்பித்துக் கொண்டிருப்பதில்லை. மாறாக அதை எல்லாவழிகளிலும், நிலைகளிலும் முற்றிலுமாக நம்புவதிலிருந்தே அது துவங்குகிறது. அதே நம்பிக்கையை உடைத்துக்கொண்டு வெளியேறுவதென்பது மிகச்சரியாக நிரந்தரமாகப் பிசிறுகளற்று அதை அறுத்துக்கொள்வதுதான்.

அடுத்த சில நாள்களில் ரெலினா வேறு வேலையைத் தேடிக்கொண்டாள். அவளது அலைபேசி முழுவதுமாகத் தொடர்பு எல்லைக்கு வெளியேயிருந்தது. சில நாள்களுக்குப் பிறகு முழுவதுமாக உபயோகத்தில் இல்லாமல் போனது. கடைசியாக இருந்த சில நாள்களில் யாரிடமும் அவள் எதுவும் பேசிக்கொள்ளவில்லை. மதன் எவ்வளவு முயன்றும் அவளது வாயிலிருந்து ஒற்றைச் சொல்லைக் கூட வரவழைக்க முடியவில்லை. சில மறைமுகமான விசாரிப்புகள் வழியாக அவளது விலாசத்தைக் கேட்டு அங்கு சென்று பார்த்த போது, அவள் அங்கிருந்தும் சென்றுவிட்டிருந்தாள். மிகச்சரியாக நிரந்தரமாகப் பிசிறுகளற்று அந்த உறவிலிருந்து தன்னை அறுத்துக்கொண்டு சென்றுவிட்டாள்.

***

மதனும் வேறுசில காரணங்களால் பணியிடத்தை மாற்றிக் கொண்டான். அவனுக்கும் புதிய இடம் தேவையாகயிருந்தது. நிறைய தற்காலிகமான காதலிகளால் பொழுதுகளைக் கரைத்துக்கொள்ளும் மனச்சிதறலுக்கு உள்ளாகியிருந்தான். மனதின் சிறிய கீறலொன்றிலிருந்து எழும் வலிகள் குடிக்கும் போது சற்று அதிகரித்தது. அதை நிரந்தரமாக அனுபவிக்கும் முடிவில் அவனது நாள்களை நகர்த்திக்கொண்டிருந்தானவன். ஜான்சியுடனான உறவும சில மாதங்களிலேயே, அவள் கல்லூரி செல்ல ஆரம்பித்த உடனே முடிவுக்கு வந்திருந்தது. திடீரென அந்த உறவிலிருந்து அவள் வெளியேறியவுடன் பற்றிக்கொள்வதற்கென எதுவுமற்ற வெளியில் அந்தரத்தில் தொங்கிக் கொண்டிருந்தான். அவளது பாதி கருகிய முகத்தின் சுருக்கத்தை நடுநிசியில் கண்டு அலறி சில சமயங்களில் அழுது வெம்பிக்கொண்டிருந்தான்.

மார்பகங்களை மூடியபடியிருந்த உள்ளாடையுடன் புணர்ந்த ரெலினாவின் கோதுமை நிற முகத்தை அவனால் துளியும் மறக்க முடியவில்லை. புணர்வின் போதான அவளது அசைவுகளும், முனகல்களும், சிரிப்பொலிகளும் அவனது மூளையில் எப்போதும் ஓடிக்கொண்டிருந்தன. தற்காலிகக் காதலிகளில் யாரைப் புணர்ந்தாலும் அவர்களது முலைகள் சூம்பிக் காய்ந்துபோன சிறிய சுரைக்காய் போல நீண்டு கிடந்ததைக் கண்டு பயமும், வெறுப்பும் அடைந்திருந்தான்.

பிரிவின் தொடக்கத்தில் அவளிடமிருந்த வறட்சியான மௌனம் அவனைத் தினந்தோறும் அறுத்துக்கொண்டிருந்தது. கடைசி வரை எதுவுமே சொல்லாமல் சென்று விட்ட அவளின் மனதை சதா ஆராய்ந்து, அவள் தன்னைப் பற்றி நினைப்பதான, சொல்வதான காதல் வார்த்தைகளை அரூபமாக நினைத்து அதன் வழியே கிடைக்கும் சிறிய நிம்மதியை அனுபவித்தான். அவள் மீதான காதல் உறவில் சில பொய்களும் ஏமாற்றுகளுமிருந்தாலும், தனக்குள்ளிருந்த காமத்தை அவளிடம் பகிர்ந்துகொண்டதில் துளியும் விரசமின்றி உண்மையாகவே இருந்ததாகத் தனக்குள் சொல்லிக்கொண்டு அழுதுகிடந்தான். அவளுக்கும் அது தேவையாக இருந்ததெனவும், பிறழ்வுறவின் மெல்லிய சரடுகளைப் பற்றிக்கொண்டு சிறிய இரகசியங்களில் அவற்றை இருவரும் வெளிப்படுத்திக்கொண்டதாகவும் இதில் தனிப்பட்ட முறையில் அவளுக்கு மட்டுமான காயங்கள் என எதுவுமில்லை என்றும் திரும்பத் திரும்ப நம்பிக்கொண்டிருந்தான். ஜான்சியுடனான தனது சபல உறவை நினைத்துத் தனக்குள் வருந்தவும் தொடங்கியிருந்தான். அவனது உறவை ரெலினா அறுத்துக்கொண்டு சென்றதென்பது, எப்போதும் அவள் இறுக்கமாகப் பற்றிக்கொண்டிருந்த அவனது விரலையும் சேர்த்துப் பிசிறில்லாமல் அறுத்துக்கொண்டு சென்றிருந்தது போலிருந்தது அவனுக்கு. அவன் மீதான, அவனுடனான இத்தகைய உறவு குறித்து அவளிடம் மிச்சமிருக்கும் கடைசியான வார்த்தைகளை ஒரு முறையேனும் நேரில் கேட்டுவிட இடைவிடாது அலைந்து கொண்டிருந்தது அவனது மனது.

நிறைய நாள்களுக்குப் பிறகு, அவனது பழைய வேலையிடத்தில் தன்னோடு குழுவிலிருந்த நண்பனொருவனை தற்செயலாகப் பார்த்துப் பேசிக்கொண்டிருந்த போது, பேச்சுவாக்கில் ரெலினாவைப் பற்றிய செய்தியையும் அவன் சொல்லிச் சென்றான். அவளது தூக்கி நிறுத்தப்பட்டிருந்த மார்பு மீதான ஏக்கம் அந்தப் பழைய அலுவலகத்தில் சிலருக்குள் ஒரு இரகசிய ஆசையாகத் துளிர்த்திருந்ததே ரெலினா குறித்த பேச்சு எங்களுக்குள் துவங்கியதற்குக் காரணமாகயிருந்தது. அவள் உடல் சற்று இளைத்து, மார்பகங்களில் இறுக்கங்கள் தளர்ந்து சரிந்து போயிருந்ததாகவும் சொன்னான். எனக்கு அவளை உடனடியாகப் பார்க்க வேண்டுமென்று தோன்றியது.

பிசிறில்லாமல் அறுத்துக்கொண்டு சென்ற தனது விரலை அவளிடமிருந்து முடிந்தால் மீட்டுக்கொண்டு வரவும் இல்லையென்றால் அந்த விரலோடு தனது முழுவுடலையும் முடிந்தவரை போராடி ஒட்டிவிட வேண்டுமெனவும் அவன் நினைத்திருந்தான்.

***

கடைசியாக நான் அவளைப் பார்த்தது, தாம்பரம் சானிடோரியம் அருகிலிருந்த தீயணைப்பு மற்றும் பேரிடர் மீட்புத் துறையின் மாநிலத் தலைமையகத்திற்குப் பின்புறமாகத் தொடங்கும் மலையின் அடிவாரத்திலிருந்து மேலேறிடும் திலகர் நகரின் இரண்டாவது தெருவில் வாசிப்பதாக என் நண்பனின் மூலமாகக் கேள்விப்பட்டு, ஒரு ஞாயிறு மதியத்திற்குப் பிறகு சென்றிருந்தபோதுதான். கைகளில் அவளது குழந்தைகளுக்கான கேக்குகளும் பிஸ்கட்டும் வாங்கியிருந்தேன். அவளுக்காகக் கொஞ்சம் பூச்சரத்தை இலையில் மடித்து பையின் ஓரத்தில் திணித்து வைத்திருந்தேன். சாய்தளத்தில் ஏறிடும்போது வந்திடும் சோர்வும் தளர்வும் சீக்கிரமாக என்னுள் பரவியிருந்தது. தெருவில் ஏறும் போதே சற்று தூரத்தில் மரண ஓலம் ஒன்று கேட்டது. நான் கொஞ்சம் தயங்கியபடியே மேற்கொண்டு நடையைத் தளர்த்தி மெதுவாகச் சென்று கொண்டிருந்தேன். வீதியில் பரபரப்பும், அழுகையும் படர்ந்திருந்தது. பெரும்பாலானோர் ஒரே புறமாக முன்னோக்கி ஓடிக் கொண்டிருந்தனர். நானும் அந்த வீதியில் நிகழ்ந்திருக்கும் ஏதோ அசம்பாவிதத்தை உள்ளுணர்ந்து மெதுவான நடையில் கவனத்தைக் கொண்டிருந்தேன். சந்திற்குள் திரும்பி குறுகலான முனையிலிருந்த சிமெண்ட் சீட்டுகள் போடப்பட்டிருந்த சிறிய வீட்டின் முன்பாகக் கூட்டம் கூடிக்கிடந்தது. நான் கூட்டத்தின் கடைசியில் ஒட்டிக்கொண்டு நின்று அந்த வீட்டின் வாசலை இமைக்காமல் பார்த்தேன். அப்பொழுது தான் உடைக்கப்பட்டிருந்த அதன் பழைய மர வாசல்கதவு சில துண்டுகளாகக் கீழே கிடந்தன. பெரும் அழுகையின் கூக்குரலில் பெண்கள் அழுதபடி சுற்றி நின்றிருந்தனர். தடித்த மர உத்திரத்தில் ரெலினா தூக்கிட்டுத் தொங்கியபடியிருந்தாள். விறைத்துத் தொங்கிக்கொண்டிருந்த அவளது கால் பாதங்களை அவளது பிள்ளைகள் ஆளுக்கொன்றாகப் பிடித்துக்கொண்டு பெருங்குரலில் அழுதபடி நின்றிருந்தனர். அவளது கண்கள்

மேல்புறமாகக் குத்திட்டு நின்றிருந்தன. நான் அதைப் பார்த்த போது பதைபதைத்து நம்பமுடியாமல் இன்னும் முன்னேறி வாசலுக்கு அருகில் வந்திருந்தேன். அந்தச் சலனமற்ற முகத்தில் படர்ந்திருந்த ஒரு ஏக்கம் என்னை நிலைகுலைய வைத்தது. சில ஆண்கள் அவசர அவசரமாக வீட்டினுள் நுழைந்து பெண்களை வெளியேற்றிவிட்டு அங்கு சரிந்து கிடந்த மர நாற்காலியை நிமிர்த்தி மரவிட்டத்திலிருந்த சேலையை அறுத்தெடுப்பதற்கு முயன்றுகொண்டிருந்தார்கள். நானும் இன்னும் சிலருமாக அவளைக் கைத்தாங்களாகப் பிடித்தபடி தரையில் கிடத்தினோம். அவளது கண்கள் தலைக்குப் பின்புறமாக நின்றிருந்த என்னை இமைக்காமல் பார்த்தபடியே இருந்தன. அதில் ஒரு விரக்தியின் மெலிதான ஒளி பழுப்பு நிறத்தில் பரவியிருந்தது. அந்த நொடியில் எனது கண்கள் அவளுக்காக உண்மையாகவே கசிந்து நிரம்பின. அவளைப் படுக்க வைத்ததும் வீடு முழுவதுமாக நிறைந்து போயிருந்தது. அந்த மிகச்சிறிய வீட்டைச் சுற்றிலுமாக ஒரு முறை பார்த்தேன், சிறிய அடுக்கில் சிலுவையில் இரத்தக்கறையுடன் ஒளி பொருந்திய கண்களுடன் இயேசு இருக்கும் புகைப்படத்திற்கருகில், கையிலிருந்த பாலிதீன் கவரை ஓர் ஓரத்தில் வைத்துவிட்டு நகர்ந்து வாசலுக்கு வந்தேன். திரும்பி அவளைப் பார்க்கும் போதும் அந்த கண்கள் கூர்மையாக என்னைப் பார்ப்பது போலவேயிருந்தன. விரைத்து இறுகிக்கொண்டிருந்த அவளது வலதுகையின் விரல்களுக்குள் பிசிறுகளற்று அறுக்கப்பட்ட எனது ஆள்காட்டி விரல் துடித்துக்கொண்டிருப்பது போல எனக்குத் தெரிந்தது. யாரிடமும் எதுவும் கேட்காமல் நெரிசலினூடாக வெளியேறி வந்த வழியே மீண்டும் திரும்பி நடக்கத் துவங்கினேன்.

மலைப்பாதையின் இறக்கத்தில் எனது நடையில் ஓர் அவசரம் இயல்பாகவே கூடியிருந்தது. மனதில் ஒரு இறுக்கத்தின் வலி திமிறமுடியாதவாறு குத்தி நின்றது. இன்று காலையிலிருந்தே சர்ச்சில் யேசுவிடம் இதைத்தான் கேட்டிருப்பாளா? இந்த முடிவிற்கு அவளை எது தள்ளியிருக்கும்? உடலிலிருந்த தாங்கமுடியாத வலியா? நானா..? அல்லது என்னைப்போல வேறொருவனா..? சரியாக நான் வரும் இந்த நாளை அவள் ஏன் தேர்ந்தெடுத்திருந்தாள்? என்னிடம் ஏதும் சொல்ல நினைத்திருப்பாளா? அல்லது இது தான் என்னிடம்

சொல்வதற்கென அவள் வைத்திருந்த கடைசிச் சொற்களா? குழந்தைகள், எல்லாம் முடிந்த பின்னர் அந்த விட்டத்தை எப்படிப் பார்ப்பார்கள்? அந்தச் சேலையில் சிறு வயதில், தனது குழந்தைகளைக் கிடத்தி முன்பு என்றோ ஒருநாள் தாலாட்டுடன் தொட்டிலிட்டு ஆட்டியிருப்பாளா? குழந்தைகள் அவளின் வாசத்தை எப்படி மறந்துபோவார்கள்..? அந்த கேக்கின் சுவையை எப்படி உணர்வார்கள்..? எண்ணற்ற கேள்விகளால் என் உடல் முழுவதுமாக பெரும் அழுத்தங்கள் நிரம்பி, ஏதோவொன்று என்னை அமுக்குவது போலவும் அதனால் நிலைகுலைந்து மண்ணுக்குள் எனதுடல் அமிழ்ந்திடுவது போலவும் அப்பொழுது தீவிரமாக நான் உணர்ந்தேன்.

கனலி - *நவம்பர் 2023*

மகத்தான காரியங்களேதுமில்லாமல் அம்மலர்கள் அசைந்துகொண்டிருக்கின்றன
நாம் அதன் பிரமிப்பை இன்னும் புதிரானதாக்குகின்றோம்,
ஒவ்வொரு நீதியின் கதைகளிலும் அதைச் சேர்த்துப்பார்க்கிறோம்.
அதன் ஆற்றலைப் புனிதப்படுத்துகிறோம்,
அதிசயங்களை எப்போதும் நாம் மிகப்பெரியதாகவே எதிர்பார்க்கிறோம்.

வள்ளலார் நகர்

1

கிழக்கிந்திய கம்பெனியால் நிர்வகிக்கப்பட்ட ‘மிண்ட்’ நிறுவனத்தால் அன்றைய ‘பகோடாக்கள்’, ‘ரூபீஸ்’, ‘ஃபினாம்கள்’ போன்ற நாணயங்கள் சென்னை ஜார்ஜ் கோட்டையின் ஒரு பகுதியிலிருந்து உருவாக்கப்பட்டு ஆங்கிலேயர்களின் கீழிருந்த மாகாணங்கள் முழுவதுமாகப் பயன்பாட்டில் இருந்தன. சுமார் 1807ஆம் ஆண்டிலேயே இன்றைய பழைய ஜெயில் சாலையிலிருந்து சென்னை மத்திய இரயில் நிலையம் வரை நீண்டு கிடக்கும் தெருவில் ஆங்கிலேயர்களால் பிரம்மாண்டமாகக் கட்டி எழுப்பப்பட்டிருந்த ‘மிண்ட்’ தொழிற்சாலையில், அதிகரித்து வந்த வணிகத்தேவைகளின் பொருட்டு 1841க்குப் பிறகே நாணயங்கள் செய்வதற்கும், பணத்தாள்கள் அச்சிடுவதற்குமான அனுமதியும், ஆணைகளும் வழங்கப் பெற்றன. வெள்ளியையும், தங்கத்தையும் உருக்கி இங்கு நாணயங்களும், பணத்தாள்களும் உருவாக்கப்பட்டதால் இந்தப் பகுதி ‘மிண்ட் ஸ்ட்ரீட்’ என்றும் தமிழில் ‘தங்க சாலை’ என்றும் அழைக்கப்பட்டது. ஆங்கிலேயர்கள் தங்களது பொருளாதார ஸ்திரத்தன்மையை அதிகரிக்கும் படியான மிக முக்கியமான செயல்பாடாகவும், பரந்து கிடந்த இந்திய நிலப்பரப்பில் தங்களது

ஆளுமைமிக்க நிர்வாகத்தை நிலைநிறுத்திடும் படியாகவும் இவற்றைத் திட்டமிட்டு உருவாக்கினார்கள். பிறகான காலத்தில், வரலாற்றுச் சின்னமான 'மிண்ட்' மணிக்கூண்டு கடிகாரம் இரானியத்தைப் பூர்வீகமாகக் கொண்ட ஹாஜி மிர்சா கனி நமாசியால் துவங்கப்பட்ட கடிகாரக் கம்பெனியான கனி & சன்சு நிறுவனத்தின் திட்ட மேற்பார்வையுடனும், தொழில் நுட்பத்துடனும் தங்கசாலை நாற்புறச் சந்திப்பில் அமைக்கப்பட்டு பரபரப்பினால் அலைந்துகொண்டிருந்த அந்தப் பகுதி மக்கள் முழுமைக்குமான நேரங்களை ஓய்வில்லாமல் காட்டிக்கொண்டிருந்தது.

காலப்போக்கில் 'மிண்ட்' கட்டடம் கிழக்கிந்திய அரசு அச்சகமாக மாற்றப்பட்டு, அரசுக்கான கோப்புகளையும், தஸ்தாவேஜ்களையும், திட்ட அறிக்கைகளையும் அச்சிடப் பயன்படுத்தப்பட்டு வந்தது. அதன்பிறகு நிறைய அச்சுக்கூடங்களும், புத்தகப்பதிப்பு நிறுவனங்களும், திரையரங்குகளும், கடைகளுமாக அந்தத் தெரு விஸ்தாரமாக மாறிக்கொண்டு வந்தது. ஆரம்பத்தில், வாரத்திற்கு மூன்று முறை மட்டுமே வெளிவந்த 'தி ஹிந்து' ஆங்கில நாளிதழும், 'ஆனந்த விகடன்' இதழும் மேலும் பல பருவ இதழ்களும் துவக்க காலத்தில் இந்தத் தெருவில்தான் அச்சடிக்கப்பட்டன. புதுப்புது வியாபாரிகளின் வருகைகளால் துவங்கப்பட்ட வியாபாரங்களாலும் அதனால் உருவாகி வந்த மக்களின் அடர்த்தியான நெரிசல்களாலும், வாகனங்களின் இரைச்சல்களாலும் அந்தப் பகுதி பரபரப்பின் உச்சத்தை மிக வேகமாக அடைந்துகொண்டிருந்தது. சில காலத்திற்கு முன்பாகவே ராஜஸ்தான் மற்றும் குஜராத்திகளின் செல்வச்செழிப்பான குடும்பங்களின் வருகையினாலும், அவர்களின் தொழில்களாலும், இயல்பான அந்த நிலப்பரப்பின் பண்பாட்டு விழுமியங்கள் முழுவதுமாக வெளியேற்றப்பட்டு புதிய வகையிலான கூறுகளைக் கொண்ட பண்பாட்டின் தோற்றங்களால் அந்தப் பகுதி நிரம்பி வழிந்தது. அந்த நிலப்பரப்பிற்கான பூர்வகுடிகள், வந்தேறிகளின் தொழிற்கூடங்களிலும், வீடுகளிலும் உதிரி வேலைகளைச் செய்து விட்டுச் சிறிய வீடுகளிலும், சாலையினோரங்களிலுமாக வாழ்ந்து வந்தனர். 'தங்க சாலை'யும் அதைச் சுற்றியிருந்த பகுதிகளும் அன்றைய மதராஸ் பட்டணத்தின் வணிக முக்கியத்துவம் வாய்ந்ததாகவும், எல்லாத் தொழில்களுக்கான அடிப்படையான

மூலகர்த்தாவாகவும், பரபரப்புகள் நிறைந்திருந்த பகுதியாகவும் மாறிப்போயிருந்தன.

அன்றைய பரபரப்பான தங்கசாலையின் இடது புறத்திலிருந்த, ஏழு கிணறு சந்திப்பிலிருந்து துவங்கும் வீராசாமி தெருவிலிருந்த, சுற்றிலுமாகப் பெருகிவரும் மனித - வியாபார நெரிசல்களிலிருந்தும், வாகன இரைச்சல்களிலிருந்தும், அன்றாடப் பரபரப்பின் இடையூறுகளிலிருந்தும் தன்னையும் தனது தியான அமைதி ஒளியையும் முழுவதுமாகக் காப்பாற்றிக்கொள்வதற்கென, தான் முப்பத்தி மூன்று ஆண்டுகளாக வசித்து வந்த இலக்கம் -31 வீட்டிலிருந்து வெளியேறி சிதம்பரத்தை நோக்கித் தனது நடைப்பயணத்தைத் துவங்கினார் இராமலிங்க அடிகளார். பாரிமுனை கந்தக்கோட்ட கோவில், திருவொற்றியூர் வடிவுடையம்மன் ஆலயம், பாடி திருவலிதாயம் சிவன் கோவில், திருமுல்லைவாயில் மன்னாதீஸ்வரர் கோவில் போன்ற அவரால் பாடல்களும் சொற்பொழிவுகளும் நிகழ்த்தப்பட்ட தலங்களிலிருந்தெல்லாம் ஆன்றோர்களும், சான்றோர்களும் திரண்டு வந்திருந்து அவரை வழியனுப்பினர். அடிகளாரின் பிரிவை ஏற்றுக்கொள்ள முடியாமல் எல்லோரும் பெரும் துயரத்தில் ஆழ்ந்திருந்தனர். சிலர் அவருடன் பயணம் மேற்கொள்வதான முன்முடிவுகளோடு முழுவதுமாகத் தயார் நிலையில் வந்திருந்தனர். சென்னையைத் தனது பாடல்களில் உயிர்ப்போடு எழுதியிருந்த இராமலிங்க அடிகளார் அதைவிட்டு வெளியேறுவதன் துயரத்தையும், சூட்சமமான உள்பொதிந்த காரணத்தையும் தனக்குள்ளே இரகசிய இடத்தில் வைத்திருந்தார். அவரின் முகத்தில் எப்போதுமிருக்கும் அளப்பரிய மென்மையின் வடிவமும் சிரிப்பும் எந்த மாறுதல்களுமில்லாமல் இயல்பிலேயே இருந்தது. கருமேகங்கள் சூழ்ந்து அன்று முழுவதும் பேரிரைச்சலுடன் மழை பெய்து நிரம்பியது. இந்தப் பிரபஞ்சத்தில் சிலருக்காக இறைவன் எவ்வாறு இறங்கி வருகிறாரோ அவ்வாறே இறைவனுக்காகவும் சிலர் எங்கிருந்தோ வருகிறார்கள், மனிதர்களோடு இருக்கிறார்கள் பிறகு முழுவதுமாக இறைவனிடம் சென்றுவிடுகிறார்கள். வள்ளலார் வாழ்ந்த பகுதி என்பதால் இப்பகுதி வள்ளலார் நகர் என்றும் அழைக்கப்படுகிறது.

வள்ளலார் தனது உள்ளொளியின் வழியே தினந்தோறும் தியானங்கள் செய்து இறைவனை ஒளிவடிவில் அறிந்துகொண்டு

துறவற ஞான வடிவத்தை ஏற்றுக்கொண்டதும், திருவருட்பாவின் ஐந்து திருமுறைகளையும் முழுவதுமாக எழுதி முடித்ததும், சமய நூல்களுக்கான உரைகளையும், சமயச் சொற்பொழிவுகளுக்கான நீண்ட வரைவுகளையும் உருவாக்கியதும் இந்த வீட்டில் அவருக்காக ஒதுக்கப்பட்டிருந்த தனியான மேல் அறையில்தான் நிகழ்ந்திருந்தது. பிரபஞ்சத்தின் ஆதார சுருதியான தூய அன்பினை எல்லோருக்குமாகப் போதித்தவரின் அறை இப்போது காலியாகக் கிடக்கிறது. வெற்றிடம் முழுவதிலும் நிரம்பிக்கிடந்த அவரது மூச்சுக்காற்று, உதவி வேண்டி கையேந்துபவர்களுக்கு முன்பாகத் தோன்றி அவர்களை ஆறுதல் படுத்துகிறது. நாளடைவில் அந்த அறை தூசிகளாலும், குப்பைகளாலும் நிரம்பிப் போனது. அந்த வீட்டின் மற்ற பகுதிகளும், அறைகளும் வேறு நபர்களுக்காக வாடகைக்கு விடப்பட்டிருந்தன. அவரது தனியான மேல் அறை தனிமையில் பூட்டிக்கிடந்தது. அது தன்னைத் திறந்து ஒளி வீச வைக்கப்போகும் ஒருவருக்காகக் காத்துக் கிடந்தது. அந்த அறையின் சன்னல்களின் வழியே நுழைய முயலும் சிறிய குருவிகள் நிரந்தரமாக மூடப்பட்டிருக்கும் அதன் கதவுகளைத் தினந்தோறும் முட்டிய படி அந்தரத்தில் பறந்துகொண்டிருந்தன.

2

சென்னை மத்திய இரயில் நிலையத்தின் நெருக்கடியிலிருந்து வெளியேறி கொஞ்ச தூரம் வரை நடந்து பிறகு இடப்புறமாகத் திரும்பி 'தங்க சாலை' தெருவிற்குள் நுழைந்து, அங்கிருந்த கடைக்காரன் ஒருவனிடம் தன்னிடமிருந்த சிறிய விலாசக் காகிதத்தைக் காட்டி உறுதிபடுத்திக்கொண்டு மனிதர்களும், பொருள்களும், வாகனங்களுமாகப் பிண்ணப்பட்டிருந்த அடர்த்தியான நெரிசல்களினூடாகத் தன் நடையை மேலும் அவன் தொடர்ந்தான். கையில் பிடித்திருந்த சிறிய அழுக்கடைந்த பையைத் தோளில் கிடத்தியிருந்தான். கருத்த முகத்தில், தெரியாத ஊரில் வரும் பயத்தின் சாயல் அப்பிக் கிடந்தது. வெய்யில் படர்ந்த நகரில் நுழைந்ததிலிருந்து தாகம் எடுத்திருந்தது, ரயில் நிலையத்தில் இருந்த குழாய்கள் தண்ணீர் வரமால் காய்ந்து கிடந்து அவனை ஏமாற்றியிருந்தன. பெரும் பசியிலும் தாகத்திலும் வறண்டு கிடந்த வற்றிய அவனது உடலில் மீதமிருந்த ஆற்றலின் தடம் அழிந்து கடைசிப் புள்ளியில்

நிலைகொண்டிருந்தது. கடைசியாக எப்போது சாப்பிட்டான் என்பதே நினைவிலில்லை. அவனது நடை முற்றிலுமாகத் தளர்ந்து நிலையில்லாமல் கடைசியில் சாலையோரத்தில் சரிந்தான். அவன் விழுந்து கிடந்தது வீராசாமி தெருவில் பழைய இலக்கம் 31ஆம் புதிய இலக்கம் 38 ஆகக் குறிக்கப்பட்ட வீட்டு வாசலுக்கு வெகு அருகில்தான். அந்தப் பரபரப்பான தெருவின் நெரிசல்களில் அவனைப் பார்ப்பதற்குக் கூட எவருக்கும் நேரமோ, அவசியமோ இருக்கவில்லை.

கொஞ்சம் நினைவுகள் மங்கி, பூஞ்சையான அவனது கண்கள் சொருகிக்கொண்டிருந்த போது எங்கிருந்தோ வந்த கையொன்று அவனை மிருதுவாகத் தொட்டுத் தூக்கி, மதிலில் சாய்த்தவாறு உட்கார வைத்தது. அவனது பழைய கைப்பையை எடுத்து அவனருகில் வைத்தது. புகை படிந்த அவனது பார்வையில், சாந்தமான ஒரு முகத்தின் ஒளியை மிக அருகாமையில் பார்ப்பதைப் போலிருந்தது. மனதில் அந்த ஒரு நொடியின் இரகசியத்தைப் பாதுகாப்பாக வைத்துக்கொண்டான். தளர்ந்த உடலசைவினூடாகச் சைகையில் தண்ணீர் கேட்டான். அந்தக் கை உடனடியாகக் கொடுத்தது. பசிக்குது என்றான் வயிறு நிறைவதற்கான உணவுப் பொட்டலத்தையும் கொடுத்தது. அந்தக் கையின் மிருதுவான தன்மையை ஸ்பரிசத்தால் தொட்டுச் சில நொடிகள் உணர்ந்திருந்தான். பூவின் மென்னிதழ்களிலும் மென்மையாக இருந்ததது. சில நொடிகளில் அந்தக் கைகள் கொஞ்சம் கொஞ்சமாக மறையத் துவங்கின. சாந்தமான முகத்தைக் கொண்ட அந்த உருவம் அவனை விட்டு நகரத் துவங்கியது. கொஞ்சமாக அடைந்து விட்டிருந்த ஆசுவாசத்தில் எழுந்து சோற்றுப் பொட்டலத்தைக் கையில் வைத்துக்கொண்டே அந்த உருவத்தின் பின்னால் தேடிப் போகப் பார்த்தான், ஆனால் அவனால் அசைய முடியவில்லை. பெருங்குரலில் கத்திப் பார்த்தான் அந்த நெரிசலில் யாரும் அவனைப் பார்க்கவில்லை. தான் அசைந்துகொண்டிருக்கிறோமா? அல்லது இறுக்கமாகக் கட்டப்பட்டிருக்கும் ஒன்றிலிருந்து விடுவித்துக் கொள்வதற்காக இழுத்தபடியிருக்கின்றோமா? என்று சந்தேகமடைந்து மீண்டும் மீண்டும் முயன்று ஒரு புள்ளியில் தளர்ந்து சுவரில் சரிந்து உட்கார்ந்தான். பிறகு உணவுப் பொட்டலத்தைப் பிரித்துச் சாப்பிட ஆரம்பித்தான். அதை உண்மையிலேயே அவனால் சாப்பிட முடிவதை

நம்பமுடியாமல் அந்தச் சாலையையே வெறித்துப் பார்த்தான். அது எந்த மாற்றமுமில்லாமல் இயங்கிக்கொண்டிருந்தது. அதன் பரபரப்பு அவனை அச்சத்தில் ஆழ்த்தியது. அவனது கையிலிருந்த சிறிய விலாசக் காகிதம் எங்கே சென்றதென்றே அவனுக்குத் தெரியவில்லை. உடனடியாகப் பரபரப்பாகத் தனது கைப்பையைத் தேடினான், அது அவனருகிலேயே கிடந்தது. அதை எடுத்து மடியில் வைத்துக்கொண்டு அதனுள் அந்தச் சிறிய காகிதத்தைத் தேடிப் பார்த்தான். அது கிடைக்கவில்லை. ஒரு அதிசயத்தின் நெகிழ்ச்சிகள் நிறைந்த அந்த நிகழ்வை நினைத்து ஆச்சர்யத்திலும், பயத்திலுமாக அமர்ந்திருந்தான். எவ்வளவு தேடியும் கிடைத்திடாத விலாசம் எழுதியிருந்த அந்தச் சிறிய காகிதத்தை மறந்துவிட்டு அது குறித்த எந்த அக்கறையுமற்றவனாகச் சிறிது நேரத்தில் மாறிப் போனான். நிரந்தரமாக மூடப்பட்டிருந்த சன்னல் கதவுகளை முட்டித் தீர்த்த சிறிய குருவிகளிலொன்று சருகைப்போல அவனது கைகளுக்குள் வந்து விழுந்தது. அதன் உயிர் பிரியும் கடைசி நொடியின் துயரத்தைக் கைகளில் வைத்தபடியே, தான் சரிந்து உட்கார்ந்திருந்த சுவரில் மேற்புறத்தில் பூட்டப்பட்டிருந்த சன்னல்களை வெகு நேரமாகப் பார்த்துக் கொண்டிருந்தானவன்.

சில நாள்கள் வீராசாமி தெருவிலும், தங்கசாலை முழுவதிலுமாக அந்த முகத்தைத் தேடி அலைந்தான். எப்படியாவது தேடிப்பிடித்து பார்த்துத் தீருவதாக அலைந்ததில் கால்கள் புண்ணாகி வெடித்திருந்தன. உடல் மெலிந்து வெய்யிலில் உலர்ந்து கிடக்கும் சருகைப் போல மாறியிருந்தான். ஆனால் அந்த முகத்தின் சாயலில் ஒருவரைக் கூட அவனால் பார்க்க முடியாதது அவனுக்கு மிகுந்த ஏமாற்றத்தையும், வலியையும் உள்ளத்தில் கொடுத்தது. சாலைகளின் ஓரங்களில் படுத்து உறங்கினான். அன்றாடத் தேவைகளுக்கெனக் காகித குடோனில் பழைய காகித மூட்டைகளை லாரியிலிருந்து இறக்கி அடுக்கிக்கொண்டிருந்தான். பெரிய பெரிய மூட்டைகளைச் சுமந்து இழுக்க முடியாமல் இழுத்துச் சென்றுகொண்டிருந்த கை இழுவை வண்டிகளைப் பின்னாலிருந்து தள்ளிவிட்டான். சில நாணயங்களால் அவனது பாக்கெட்டும் கொஞ்சம் நிறையத் துவங்கியிருந்தது. அவனது அலைதலில் அந்தத் தெருவின் குறுக்குப் பாதைகளும், திருப்பங்களும் அவனுக்குள் வரைபடமாக ஓடிக்கொண்டிருந்தன. பரபரப்புகள் நிறைந்த அந்தச் சாலையில்

மக்களுடனும், வாகனங்களின் நெரிசல்களுடனும் நெளிந்தும் ஓடியும் விழுந்தும் தனக்கென உழைப்பதற்கு வெகுசீக்கிரமாகக் கற்றுக்கொண்டு, தன்னைக் காப்பாற்றிக்கொண்டான்.

ஒரு சில மாதங்களிலேயே 'மிண்ட்' மணிக்கூண்டின் நான்கு புறச் சந்திப்பிலிருந்து இடது புறமாகச் செல்லும் பேசின்பாலம் சாலையில் இருபுறங்களிலும் நீண்டு கிடந்த மர அறுவை மில்களில் ஒன்றில், மரத் தூள்களை மூட்டையில் பிடித்துத் தைத்து அடுக்கும் வேலையில் - அப்போது கிடைத்திருந்த புதிதான நண்பனொருவனின் சிபாரிசில் சேர்ந்திருந்தான். நகரத்தின் வெய்யிலிலிருந்து தப்பித்துக் கூரையின் கீழாக வேலை செய்வது அவனுக்குப் பிடித்திருந்தது. மேலும் சாலைகளில் உதிரிகளோடு வண்டியைத் தள்ளிக்கொண்டும், மூட்டைகளைச் சுமந்துகொண்டும் இருந்த வேலைகளில் ஏற்பட்டிருந்த சோர்வும் அவமானமும் இதிலில்லாமல் இருப்பதாகக் கொஞ்சம் ஆறுதலாக நினைத்துக் கொண்டான். இயந்திரத்திலிருந்து கொட்டும் மரத்தூள்களைச் சரியாகக் கோணியில் பிடித்து, பார்வைகளிலே சரியான அளவைக் கணித்து மூட்டைகளாகத் தைத்து வரிசையில் அடுக்குவதில் ஒரு லாவகத்தின் தன்மையைச் சில நாள்களிலேயே வளர்த்துக் கொண்டான். லாரிகளில் அவற்றை அடுக்கும் வரிசையையும், முறையையும் பின்பற்றி அதிகமான மூட்டைகளை ஏற்றிடும் கணிதத்தின் சூட்சமத்தையும் புரிந்துகொண்டான். அன்றாடத்தின் எல்லாப் பரபரப்புகளுக்குப் பிறகு, அவனுக்கென ஒதுக்கப்பட்டிருந்த சாலையோரச் சிறிய நடை மேடைத் திண்ணையில் இரவில் சாய்ந்திடும் போது அந்தச் சாந்தமான முகத்தையும், மிருதுவாக அவனைத் தொட்ட அந்தக் கைகளையும் நினைத்துக்கொள்வான். அந்த உருவம் ஞாபகத்திலும், கனவிலுமாக வந்து அவனை முழுவதுமாக ஆட்கொண்டிருந்தது.

வார விடுமுறை நாளில் அவனது கால் போன போக்கில் நடந்து சென்றபோது பேசின் பாலத்தின் கடும் வாகன நெருக்கடியிலிருந்து விடுபட்டு கல்கத்தா நெடுஞ்சாலையில் இறங்கிச் சென்று கொண்டிருந்தான். வியாசர்பாடி ரயில்வே பாலத்திற்கு முன்பாகவே, இடது புறமாகப் பரந்துகிடக்கும் தண்டவாளங்களுக்கருகில், சாலையின் ஓரத்தில் அலங்கோலமாகயிருந்த சிறிய குடிலொன்றைக் கவனித்தான். தாகத்திற்கான தண்ணீருக்காகவே அதைப்

பார்த்திருந்தான். முழுவதுமாகச் சூரியனுக்குக் கீழே இருப்பதைப் போல வெய்யிலில் அது கருகிக்கொண்டிருந்தது. சிறிதாக அதற்குள் நோட்டமிட்டான். வள்ளலாரின் கறுப்பு வெள்ளைப் புகைப்படச் சட்டகமும், அதற்கு முன்பாகச் சிறிய செங்கல்களுக்குள் எரிந்து அணைந்து போயிருக்கும் சிறிய அகழ் விளக்கொன்றும் இருந்தது. அருகில் வள்ளலாரின் போதனைகள் அச்சடிக்கப்பட்ட சாணிக் காகிதங்களின் சில கட்டுகளுமிருந்தன. புகைப்படத்திலிருந்த முகம் அவனுக்குப் பரிட்சயமான சாந்தமான முகத்தையும், கட்டியபடியிருந்த கைகள் அவனைத் தொட்டுத் தூக்கிய மிருதுவான கைகளையும் போலவே அவனுக்குத் தோன்றியது. அந்த முகத்தில் படர்ந்திருந்த மென்மையான சிரிப்பொன்று அவனுக்காகவே இருப்பதைப் போல அப்போது அவன் உணர்ந்தான். அந்த மிருதுவான கைகள் அவனை வரவேற்பது போலிருந்தது. அந்தக் கண்களை உற்றுப்பார்த்தான், அன்று அவனைத் தாங்கி உட்காரவைத்து நீரும், சாப்பாடும் கொடுத்த நிகழ்வு அதற்குள் ஓடிக்கொண்டிருப்பதைப் போலவே உணர்ச்சிப் பெருக்குகளோடு அங்கு நின்றிருந்தான். சில நொடிகளில் நிகழ்காலத்திற்கு திரும்பியவன் அதன் தொடர்ச்சிகளை ஞாபகத்திலிருந்து மனக்கண்கள் வழியாகப் பார்த்தபடியே அங்கு உட்கார்ந்து விட்டான். பச்சையும் வெள்ளை நிறக்கோடுகளுமான பல்லவன் பேருந்துகள் இடதுபுறத்திலும், வலது புறத்திலுமாக அவனைக் கடந்து சென்றன. சாணிக் காகிதத்திலிருந்த வள்ளலாரின் போதனைகளை வாசித்துக் கொண்டிருந்தான். அவரே வந்து தனக்கு உதவியிருக்கும் இறையம்சத்தை அச்சங்களினூடே மனதில் பெரும் பாக்கியமாக நினைத்துக் கொண்டான். அதிசயங்களின் மீது துளியும் நம்பிக்கையற்றவனாக இருந்தவன் இப்பொழுது மாறிக்கொண்டிருக்கும் தனது மனதின் லயத்தை முழுவதுமாக அனுபவிக்கத் துவங்கியிருந்தான்.

சரியான மேற்கூரையில்லாமலும், நைய்ந்த ஓலைகளால் வேயப்பட்டிருந்த அந்தக் குடிலைச் சுற்றிலுமாக அசுத்தமாகக் கிடந்த அதன் அவலத்தை நினைத்து மனதில் பெரும் வருத்தம் கொண்டான். நெடுநேரம் சாலையையே வெறித்துக் கொண்டிருந்தவன், ஏதோ ஒன்றை முடிவு செய்தவனாக எழுந்து அந்தக் குடிலின் சுற்றுப்புறத்தை மணலேற்றி மேடாக்கித் தூய்மை செய்தான். அருகிலிருந்த செடிகளைப் பிய்த்துக்

குடிலுக்குள்ளிருந்த தூசிகளையும் குப்பைகளையும் அகற்றிவிட்டு, வள்ளலாரின் புகைப்படத்தை எடுத்துத் தனது கையியால் நன்கு துடைத்துச் சரியாகச் சாய்த்து வைத்தான். அருகிலிருந்த வியாசர்பாடி மார்கெட்டுக்குச் சென்று கொஞ்சம் பூக்களும், புதிய சில அகல் விளக்குகளும், எண்ணெய்யும், திரியும் வாங்கி வந்தான். சில ரோஜா மலர்களை வள்ளலாரின் காலடியில் பரப்பி விளக்கை ஏற்றினான். அகல் சற்று நீண்ட புள்ளியென எரியத்துவங்கும் போது மாலை இருள் நகருக்குள் வந்திருந்தது. கிழிந்து கிடந்த ஓலைகளை ஒருவாறு இழுத்துவிட்ட படி, மேற்கொண்டு அவற்றைத்தான் சரி செய்ய வேண்டுமென மனதில் சொல்லிக்கொண்டான். சாணிக் காகிதத்தில் சிலவற்றைக் கையில் எடுத்துக்கொண்டு அவனது இடத்தை நோக்கி நகரத் துவங்கினான். தேடிக்கொண்டிருந்த முகத்தைப் பார்த்துவிட்ட மகிழ்ச்சியின் ரேகையொன்று அவனது முகத்தில் முளைத்திருந்தது. வாழ்வின் ஒரு பகுதியே பூர்த்தியாகிவிட்ட அமைதி அவனுக்குள் பரவிக்கிடந்தது. சாணிக் காகிதத் துண்டுகளை வருவோர், போவோரிடம் கொடுத்தபடியே நடந்துபோனான்.

அவனுக்கான நடைபாதைத் திண்ணையில் இரவு படுக்கையில் கிடந்தபோது அவனது நண்பனிடம் வள்ளலாரின் குடிலுக்குச் சென்று வந்ததைக் கூறினான். 'அவ்வாறு ஒன்று அங்கிருப்பதே தனக்குத் தெரியாது' என்றபடி கண்களை முழித்துக்கொண்டு நண்பன் பதில் சொன்னான். 'தான் இந்தப் பகுதியில் வந்து சோர்வுற்று வீழ்ந்து கிடந்தபோது அவர்தான் தனக்கு நீரும், சாப்பாடும் கொடுத்தார், அவரது சாந்தமான கண்களைக் கொண்ட முகத்தையும், மிருதுவான கைகளையும் என்னால் ஒரு போதும் மறக்கவே முடியாது' என்று உணர்ச்சிப் பெருக்கெடுத்துச் சொன்ன போது, 'உனது மனநிலை கொஞ்சம் கவலைக்கிடம்தான், பார்த்துக் கொள்' என்று நம்பமுடியாமல் சொன்னான். பிறகு, சற்று சுதாரித்துக் கொண்டு 'நீ விழுந்து கிடந்த இடத்திற்கு அருகில்தான் அவர் தங்கியிருந்த வீடிருப்பதாகக் கேள்விப்பட்டிருக்கிறேன்' என்று தூக்கக் கலக்கத்தில் அவனிடம் சொன்னான். அப்படியென்றால் தான் பார்த்தது வள்ளலாரைத்தான் எனப் பரவசம் பொங்கச் சொன்னான். நண்பன் கண்ணயர்ந்திருந்தான். காலை எழுந்ததும் முதல் வேலையாக அங்கு சென்று அந்த இடத்தைத்

தொட்டுப் பார்க்க வேண்டுமென நினைத்துக் கொண்டான். தூங்கவே முடிந்திடாத அன்றைய இரவில், மெட்ராஸ் நகருக்கு வந்திறங்கியதிலிருந்து இப்போது வரை நடந்தவற்றைக் கையிலிருந்த சாணிக் காகிதங்களின் பின்புறத்தில் சிறிய ரீபிலை வைத்து எழுதி தனது அழுக்கடைந்த கைப் பையில் திணித்து வைத்துக் கொண்டான்.

'வள்ளலார் வாழ்ந்த வீடு' என்று மட்டும் ஒரு பழைய போர்டு வாசலுக்கு மேற்புறமாகத் தொங்கிக்கொண்டிருந்தது. மதில் சுவர்களால் பிரிக்கப்பட்ட இரண்டு மூன்று பிரிவுகளில் சில குடும்பங்கள் உள்ளே வசித்து வந்தனர். காலையின் பரபரப்பில் அவனை யாரும் கவனிக்கவில்லை. வள்ளலார் இருந்தார், இங்கு தான் வாழ்ந்தார் என்பதற்கான எந்தவொரு தடயங்களையும் அவனால் அங்கு பார்க்க முடியவில்லை. புதிர் போல அவனுள் மண்டிக் கிடந்த கேள்விகளால் கண்கள் கலங்கிக்கொண்டு வந்தன. சற்று உடல் பருத்த பெண்மணி பற்களை கைவிரலால் தேய்த்தவாறு, 'என்ன' என்பதைப் போல அவனைப் பார்த்தாள்,

"எனது பெயர் மருது, இங்க மரமில்ல வேல செய்றேன். வள்ளலார் சாமி வீடு இதான.."

அவள் பற்களைத் தேய்த்த படியே 'ஆமாம்' என்பதைப் போல ஒருமுறை தலையாட்டினாள். அவன் மீண்டும் ஏதோ கேட்க நினைத்து வாயைத் திறப்பதற்குள்,

"அந்தாண்ட படிக்கட்டிருக்கு பாரு, அதுல மேல போனும், மேம்மாடிலதான் சாமி இருந்துச்சாம்" அவள் சொல்லி முடித்ததும், அவன் பரபரப்பாக ஓடி படிக்கட்டு வழியாக ஏறிப் போய் வள்ளலார் இருந்த அறைக் கதவிற்கு முன்பாக நின்றான். அது அழுக்கடைந்து பூட்டிக் கிடந்தது. ஒரு நொடி தனது கலக்கத்தின் வீரியத்தை அவன் உணர்ந்திருந்தான். கதவுகளின், சன்னல்களின் சிறிய இடைவெளிகளில் கண்களை நுழைத்துப் பார்வையிட்டான். சிறிய எழுத்து மேசையும், புத்தகங்களும், சில புகைப்படங்களும், காகிதங்களுமாக அறை முழுவதும் பரவிக்கிடந்தது. தூசிகளும், ஒட்டடைகளுமாக அடைத்துக் கிடந்தது அந்தச் சிறிய அறை. எவ்வளவு பெரிய மகானின் அறை இப்படி அலங்கோலமாகக் கிடக்கிறதே, என்பதை நினைத்து அவனது மனம் துணுக்குற்று விம்மத் துவங்கியது.

கண்களை மூடியபடி அந்த மூடிய கதவுகளுக்கு முன்பாகக் கைகளைக் குவித்தபடி, இதற்கு என்ன காரணமாக இருக்க முடியும், யார் காரணமாக இருக்க முடியும் என்பதான பல கேள்விகளினால் துளைக்கப்பட்ட மனநிலையோடு சிறிது நேரம் நின்றபடியிருந்துவிட்டு, மரம் அறுவை மில்லிற்குத் தளர்ந்த நடையில் செல்லத் துவங்கினான். வள்ளலார் வாழ்ந்த வீடே பராமரிப்பில்லாமல் கிடக்கும் போது அந்தச் சிறிய குடில் அவ்வாறு இருந்தது குறித்த யதார்த்தத்தை ஒருவாறு அவன் புரிந்து கொண்டான். சிதிலமாகிப் போயிருக்கும் இடத்திலிருந்தும் அவரது ஒளி பரவிக்கொண்டிருக்கும் அற்புதத்தை நினைத்து உள்ளத்தில் மகிழ்ச்சியின் ஓர் உந்துதல் அவனுள் பரவியிருந்தது.

ஒவ்வொரு நாளும் வேலை முடிந்த பின்னர் மாலையில் கிளம்பி நடந்தே வள்ளலாரின் சிறிய குடிலுக்குச் சென்று, அதைத் தூய்மை செய்து, அகல்விளக்கை ஏற்றி வைத்துவிட்டு, கொஞ்ச நேரம் அங்கு அமர்ந்து பிரார்த்தித்து விட்டுத் திரும்புவதை வாடிக்கையாக்கிக் கொண்டான். சில வேளைகளில் வள்ளலாரின் போதனைகளடங்கிய சாணிக் காகிதக் கட்டுகள் புதிதாக அங்கு நிரப்பப்பட்டுக் கொண்டிருந்தது அவனுக்கு ஆச்சரியத்தை உண்டாக்கியது. நேரம் கிடைக்கும் போதெல்லாம் அதைப் பிறருக்கு விநியோகித்தான். மேலும் தனக்குச் சாப்பாடு இல்லாமல் போனாலும் அந்த அகல் விளக்கின் ஒளி பரவியிருக்க வேண்டுமெனவே எப்போதும் நினைத்தபடியிருந்தான். சிறிய நிம்மதியொன்றின் பாதையை இப்படித்தான் அவன் உருவாக்கி வைத்திருந்தான். சில நாள்களில் நேரம் அமைந்திடாத போது மனக்குறையாக உணர்ந்து தவித்தான். சில நாள்களுக்குப் பிறகு தனது இருப்பிடத்தை அந்தச் சிறிய குடிலுக்குப் பின்புறமாக மணற்பரப்பிற்கு மாற்றிக்கொண்டான். சில மாதங்களாக வேலை செய்து தான் சேமித்திருந்தவைகளைக் கணக்கிட்டு ஒரு பகுதியை ஊரிலிருக்கும் தனது குடும்பத்திற்காகவும், மீதியை அந்தக் குடிலுக்குமாகப் பிரித்துக்கொண்டான். தனது, மர அறுவை மில்லின் முதலாளியிடம் பேசி சில வீணான பழைய மரப்பலகைகளை வாங்கிக் கொண்டு வந்து குடிலைக் கொஞ்சமாக விஸ்தரித்திருந்தான். அவனது முதலாளிக்கும் வள்ளலாரைப் பற்றிக் கொஞ்சம் தெரிந்திருந்தது. எனவே சிலவற்றைக் கொடுத்து உதவினார். ஓலைக் கீற்றுகளையும்,

மரப்பலகைகளையும் வைத்துக் குடிலுக்கான புதிய வடிவத்தைக் கொடுத்தான். அதன் ஓரத்தில் தனக்கான மிகச்சிறிய அறையை ஓலைகளை வைத்தே பிரித்துக்கொண்டான். இரவில் தடதடக்கும் இரயில்களின் இரைச்சலிலும் அமைதியாகத் தூங்குவதற்கு வெகு சீக்கிரமே பழகிவிட்டான். கடந்த சில நாள்களாகவே ஊரிலிருக்கும் தனது மனைவியும், குழந்தைகளும் தொடர்ச்சியாக ஞாபகத்தில் வரவே, குடும்பத்திற்கான சேமிப்பைக் கணக்கிட்டுப் பார்த்து, மனைவி பிள்ளைகளைப் பார்ப்பதற்கென ரயில் பிடித்து தனது ஊருக்குச் சென்றான்.

3

ஊர் சென்று சேர்ந்தபோது திகைப்பிலும் ஆச்சர்யத்திலும் அவனைப் பார்த்தாள் மனைவி. அவன் செத்துப்போய் விட்டதாகவே நினைத்துக்கொண்டிருந்ததாகச் சொல்லி அவனைக் கட்டிப்பிடித்து அழுது தீர்த்தாள். மெட்ராஸில் அவன் சந்திக்க வந்து விலாசத்தைத் தவறவிட்டதால் சந்திக்க முடியாமல் போன அவனது ஊர்க்காரப் பழைய நண்பன் முன்பு ஊர் திரும்பியிருந்த போது அவன் அங்கு வரவில்லையென்றும், ஒரு நாளும் அவனைப் பார்க்கவில்லையென்றும் சொல்லியிருந்தவைகளை ஒரு புதிர் கதையைப் போலச் சொல்லி முடித்தாள். குறைந்த கூலி வேலைக்கென கிடைத்த வேலைகளுக்கெல்லாம் போய் வந்துகொண்டிருந்த அவனை மெட்ராஸுக்குப் பிழைக்கப் போகத் தினந்தோறும் சொல்லியபடியிருந்ததால், அவர்களுக்குள் உருவாகி வந்திருந்த சண்டைகளின் விரக்தியில்தான் ஒரு நாள், அவன் ஊரை விட்டுக் கிளம்பியிருந்தான். பிறகு எவ்விதத் தொடர்புகளுமில்லாததால், அவளையும் இரண்டு பெண் குழந்தைகளையும் அவன் விட்டுச் சென்றுவிட்டதாகவே அவள் நினைத்திருந்தாள். பத்து மாதங்களுக்குப் பிறகு முழுதாக அவனை இப்படிப் பார்ப்பது உண்மையில் ஏதோ அதிசயம் நடந்திருப்பது போலவே நினைத்தாள். அருகிலிருந்த அரசு ஆரம்பப் பள்ளிக்குச் சென்றிருந்த குழந்தைகளைக் கையோடு அழைத்து வந்து அப்பாவைக் காண்பித்தாள். அவர்கள் அப்பாவைக் கட்டித் தழுவி அழுது கொஞ்சினார்கள். பிறகு மனைவியிடம் சாணிக் காகிதக் கட்டுகளைக் கொடுத்தான்,

தனக்கு நேர்ந்தவைகளை ஆச்சர்யமாகச் சொன்னான். அந்தக் காகிதத்தின் பின்புறத்தில் எழுதியிருந்த நிகழ்வுகளையெல்லாம் ஒருமுறை படித்து முடித்த அவள் பிரமித்த படி நீண்ட நேரம் அழுதுகொண்டிருந்தாள். ‘மீதி வாழ்வின் முழுமைக்கான ஒரு வழியை இறைவன் சரியாகக் காட்டிக் கொடுத்திருக்கிறான்’ என்று அவனிடம் சொன்னாள், அவனும் அதை ஆமோதிப்பது போலத் தலையை ஆட்டினான்.

தன் மனைவி மற்றும் குழந்தைகளை அழைத்துக்கொண்டு வடலூருக்கு அருகிலிருக்கும் வள்ளலாரின் ‘சத்திய தர்மசாலை’க்குச் சென்றான். அதன் பிரம்மாண்டத்தில் குழந்தைகள் ஓடி விளையாடி மகிழ்ந்தன. அவரது ஜீவசமாதியில் கண்கலங்கி நின்றான். ஒளிபொருந்தி நிற்கும் வள்ளலாரைக் கண்களில் கண்டு மனதில் நிறுத்தி வணங்கி முடித்தனர். வணங்கியபடி இருந்த அவனது கைகளுக்குள் குளிர்ந்த சிறிய மலரொன்று இரகசியமாக வந்திருந்தது. அவன் ஆச்சர்யத்தில் திகைத்துப்போனான். கண்களில் கண்ணீர் குளமாகப் பெருக்கெடுத்து ஓடியது. அப்பா ஏன் அழுகிறார் என்று குழந்தைகள் கேள்விகள் கேட்டனர். ‘அப்பா ஆழ்ந்து பிரார்த்தனை செய்கிறார்’ என்று மெலிந்த குரலில் சொன்னாள் அம்மா. சுற்றிலுமாக இருந்த புற்களில் அமர்ந்திருந்தனர். குழநதைகள் விளையாடிக்கொண்டிருந்தனர். இறைவன் தன்னை எதற்கோ தயார் செய்கிறார் என மனைவியிடம் சொன்னான். நீங்கள் என்னையும் குழந்தையையும் விட்டுவிட்டு எங்கும் சென்றுவிடாதீர்கள் என்று மட்டும் சொல்லி அவனது தோளில் சாய்ந்துகொண்டாள். அவன் கைகளிலிருந்த சிறிய பூவைப் பார்த்தபடியே இருந்தான். தினசரி அன்னதானத்தில் கலந்துகொண்டுவிட்டு, அவர்கள் என்றுமே அணைந்திடாத அந்த அடுப்பைப் பார்த்தார்கள். அதற்குள் எரிந்துகொண்டிருக்கும் பெரும் நெருப்பில் ஒரு சிறு பொறி போதும் நம் வாழ்நாள்களுக்குத் தேவையான முழுவதையும் உருவாக்குவதற்கு என்றான்.

மனைவியையும் குழந்தைகளையும் ஊரில் சென்று விட்டுவிட்டு, வெகு சீக்கிரம் சென்னையில் வாடகை வீடு மற்றும் பிறவற்றைத் தயார் செய்துவிட்டு அவர்களையும் அங்கு அழைத்துக் கொள்வதாக நம்பிக்கையோடு உறுதியாகச் சொல்லிவிட்டு சென்னைக்குக் கிளம்பினான்.

4

அவன் மெட்ராஸ் திரும்பியபோது நகரம் வெய்யில் காலத்திற்குள் நுழைந்திருந்தது. நகரின் ஒவ்வொரு பகுதியும் எரிந்து கருகிக்கொண்டிருந்தது. வறட்சியில் பேசின்பாலத்தில் நடந்து வந்த போதே தனது குடில் சிறிது சாய்ந்து கிடப்பது போலத் தெரிந்தது. சந்தேகத்துடன் பரபரப்பாக ஓடி வந்து பார்த்தபோது, சிறிய பூட்டு உடைக்கப்பட்ட நிலையில் தொங்கிக்கொண்டிருந்தது. குப்பைகளும், பாட்டில்களுமாக நிறைந்து கிடந்தன. வள்ளலாரின் புகைப்படம் அதே அமைதியில் தரையில் சாய்ந்து கிடந்தது. கடைசியாக அவன் வைத்து விட்டுச் சென்ற சிறிய ரோஜா மலர்கள் காய்ந்து சிதிலமாக அதனருகில் இறைந்து கிடந்தன. குடிலை யாரோ தேவையற்ற வேலைகளுக்கு உபயோகப்படுத்தியிருக்கிறார்கள் என்பதை உணர்ந்துகொண்டு, அவர்களை வெறியேறித் திட்டித்தீர்த்துவிட்டு அருகிலிருந்து தண்ணீர் எடுத்து வந்து குடிலை முழுவதுமாகக் கழுவிச் சுத்தம் செய்தான். தானும் குளித்துவிட்டு, வள்ளலாரின் புகைப்படத்தைச் சரியாக்கி அகல் விளக்கைப் பற்ற வைத்தான். கூரைகளைச் சரி செய்துவிட்டு, வள்ளலாரைப் பற்றிய சிறிய புத்தகமொன்றைக் கைகளிலெடுத்துக்கொண்டு வெளியில் சாலையின் நடைமேடையில் உட்கார்ந்து கொண்டான். அவனது மனது முழுவதும் சஞ்சலத்தில் தவித்தபடியிருந்தது. குடிலை விட்டுவிட்டு ஊருக்கே போயிருக்கக் கூடாது என நினைத்துக் கொண்டான்.

அன்று இரவில் இரண்டு பேர் வந்து அவனை அதிகாரத்தின் தொனியில் விசாரித்தார்கள். அவன் யார், எங்கிருந்து வந்திருக்கிறான், எங்கு வேலை செய்கிறான், இது யாருக்கான குடில் என்பதான கேள்விகளுக்குப் பயந்தபடி பதில் சொல்லி முடித்தான். அவனும் திரும்ப அவர்களிடம் கேள்விகளைத் தொடுத்தபோது, பதிலேதும் சொல்லாமல் அவர்கள் குடிலை விட்டுக் கிளம்பினர்.

மறுநாள் மதியத்திற்கு முன்பாக, ஆலையில் மரத்துகள்கள் நிறைந்த சாக்கைத் தைத்துக் கொண்டிருந்தபோது முதலாளி கூப்பிடுவதாகச் சிறுவன் வந்து சொன்னான். திகைப்புடன் அலுவலகக் கண்ணாடிக் கூண்டை நெருங்கும் போதே கவனித்தான், நேற்றிரவு குடிலுக்கு வந்து விசாரித்த இரண்டு

பேரும் அவர்களுடன் புதியவர்கள் மூன்று பேருமாக முதலாளியோடு உட்கார்ந்து தேநீர் குவளைகளை ருசித்தபடி பேசிக்கொண்டிருந்தனர். விசயம் என்னவென்று ஒரு புரிதலும் அவனிடத்தில் இல்லை. ஏதேனும் பிரச்சினையாக இருந்தால் வள்ளலார் தன்னைக் காப்பாற்றுவார் என்று நம்பினான். கண்ணாடிக் கூண்டிலிருந்தே அவனைப் பார்த்து வெளியில் நிற்கும் படி முதலாளி கையசைத்தார். சிறிது நேரத்தில் அவர்கள் வாய்நிறைய சிரிப்புகளோடு அறையிலிருந்து வெளியே வந்து, அவனைக் கீழிருந்து மேலாக ஒருமுறை பார்த்துவிட்டு அங்கிருந்து வெளியேறினர். உடல் முழுவதுமாகப் படிந்திருந்த மரத்துகள்களைச் சரிசெய்த படி கண்ணாடி கூண்டிற்குள் ஓர் ஓரத்தில் நின்றான். 'அந்தக் குடிலும் அது உள்ள இடமும் அவர்களுடையதாம், நீ அங்கிருந்து உடனடியாக வெளியேற வேண்டுமாம், மேலும் அவர்கள் அந்த ஏரியாவில் கட்சிக்காரர்கள். நீ வெளியேறி வந்துவிடுவது உனக்கு நல்லது' என்று கறாராகச் சொல்லி பேச்சை நிறுத்தினார் முதலாளி. கண்ணீருடன் அலுவலகக் கூண்டை விட்டு வெளியே வந்தவன், அவன் நண்பனிடம் நடந்தவற்றைக் கூறி மீண்டும் அழத்துவங்கினான். 'இந்த நகரத்தில் இதெல்லாம் ரொம்பவும் சகஜமெனவும் இதற்கெல்லாம் கவலைப்படாதே' என்றும் அவன் கூறினான். அந்தக் குடிலோடும் வள்ளலாரோடும் இணைந்துவிட்ட அவனது வாழ்வை அவர்களுக்கு எப்படிச் சொல்லிப் புரியவைப்பது எனத் தெரியாமல் தடுமாற்றத்தின் உட்சகதியில் அவனது நாள்கள் நகரத் துவங்கின.

ஒரு வாரத்திற்கு முன்பாக, அவன் பராமரித்து வந்த வள்ளலார் குடிலைத் தனது குடிலென்று கூறிக் கைப்பற்றிக்கொண்ட அந்த ஏரியாவின் விடிவெள்ளியான, கட்சியின் அந்தப் பகுதி செயலாளரான ராஜனின் செல்வாக்கு நிறைந்த வரிசையில் மூன்றாவது அடுக்கிலிருந்த ஜெகனோடு முதலில் வாக்குவாதம் முத்தி கைகலப்பானது, பிறகு அவனின் ஆட்களோடு மோத முடியாமல் வள்ளலார் போதனைகளடங்கிய சாணிக் காகிதக் கட்டுக்களோடும், கிழந்த சட்டையோடும், அவனது அழுக்கடைந்த சிறிய கைப்பையோடும் அழுதபடியே பேசின் பாலத்தின் ஓரத்தில் நீண்ட நேரம் அமர்ந்திருந்தான் மருது. அந்த வழியாக வருவோர் போவோரிடம் கையிலிருந்த வள்ளலாரின் போதனைகள் அச்சிடப்பட்டிருந்த சாணிக்காகிதத்தைக்

கொடுத்துக் கொண்டிருந்தான். வள்ளலாரின் புகைப்படத்தை எடுத்துக் கொள்ள அவர்கள் அனுமதியளிக்காதது தான் பெரும் துயரத்தை அவனுக்குள் உருவாக்கியிருந்தது. அவனது கேவல் அந்த வெளியில் தொடந்தபடியிருந்தது. நிலவொளி அற்ற இருளில் அவனது பழைய சாலையோரத் திண்ணையை அடைந்த போது நண்பன் தூங்கிக் கிடந்தான். வாழ்வின் புதிரை அவிழ்த்துப் பார்ப்பதற்கு ஒரு பயம் கலந்த உணர்வு அவனுக்குள் ஊடுருவி விட்டிருந்தது. அழுகையிலும் துயரத்திலுமாக அவனுக்கு நடந்துகொண்டிருக்கும் இத்தகைய நிகழ்வுகளின் மூல காரணங்கள் ஒன்றும் விளங்கவில்லை. கடவுளின் புதிய வழிகளை எதிர்பார்த்துக் காத்திருக்கத் துவங்கினான். உடல் முழுவதிலுமான உள்காயங்களின் வலிகளால் தூக்கத்திலும் அணத்தியபடியே கிடந்தான் மருது.

5

அ

வெகு சமீபத்தில், பேசின் பாலத்திலிருந்து இறங்கி வியாசர்பாடிக்குள் நுழைவதற்கு முன்பாக 'வள்ளலார் கோவில்' என்ற பேருந்து நிறுத்தம் புதிதாக உருவாகியிருந்தது. பச்சை நிற அரசு பல்லவன் பேருந்துகள் அங்கு நின்று சென்றன. சலவைக் கற்களால் முழுவதுமாகக் கட்டப்பட்டிருந்த அந்தக் கோவிலினுள் வள்ளலாரின் சிறிய அளவிலான சிலை ஒன்று நிறுத்தப்பட்டிருந்தது. அவ்ருக்கு முன்பாக அகல் ஒன்று எப்போதும் எரிந்துகொண்டிருந்தது. வலது புறச் சுவரில் வள்ளலாரின் கறுப்பு வெள்ளை புகைப்படச் சட்டகம் - அங்கிருந்த பழைய படம் - தொங்கிக்கொண்டிருந்தது. வள்ளலாரின் போதனைகளடங்கிய சில புத்தகங்கள் சரியாக விரிசையில் அடுக்கப்பட்டிருந்தன. தரைகள் வெள்ளை நிறப் பளிங்குக் கற்களைக் கொண்டு சீராகப் பதிக்கப்பட்டு குளிர்ச்சி நிரம்பிக் கிடந்தது. அந்தச் சிறிய கோவிலின் முன்புறச்சுவரில் சிறிய சிறிய கட்டங்களினாலான கம்பிகளின் சட்டகத்தைப் பதித்திருந்தனர். பெரிய உண்டியல் ஒன்று உட்புறத்தில் தொங்கிக்கொண்டிருந்தது. அது எப்போதும் நிரம்பிக் கிடந்தது. சிறிய கட்டங்களின் இடைவெளிகளுடன் இரும்பினாலான

பெரிய கதவுச் சட்டகம் பூட்டப்பட்டு வெளியில் பெரிய பூட்டொன்று தொங்கிக்கொண்டிருந்தது. தினசரி காலையிலும் மாலையிலுமாக ஒருவன் கோவிலைத் தூய்மை செய்து பூஜைகள் நடத்தி விளக்கை ஏற்றி வைத்துக்கொண்டிருந்தான். அவனைச் சம்பளத்திற்கு ஜெகன்தான் வைத்திருந்தான். மேலும் அந்தப் பெரிய உண்டியலின் நாலு பற்களினாலான தட்டையான சாவி ஜெகன் வசமேயிருந்தது. வாரத்திற்கு ஒரு முறை வந்து அந்த உண்டியலைக் காலிசெய்துவிட்டுப் போவான் அவன். இரைச்சல் நிறைந்திருக்கும் இந்த நகரத்திற்கு வள்ளலாரின் வருகை திடீரென நிகழ்ந்திருந்ததைப் போலிருந்தது.

ஆ

மூன்று நபர்களின் கைகளுக்கு மாறி கடைசியாக, எத்திராஜுலு நாயுடுவின் கைகளுக்கு வள்ளலார் வீடு வந்து சேர்ந்தது. அரசின் உதவியோடு அதன் பழைமைத் தன்மை மாறாமல் புணரமைப்புப் பணிகளை ஏற்றுக்கொண்டு மிகவும் சுத்தமாகச் செய்து முடித்திருந்தனர். அவரது வாரிசுகளில் ஒருவரான ஸ்ரீபதி இந்த வீட்டை இப்பொழுது நிர்வகிக்கிறார். வள்ளலாரின் நினைவாக இன்றும் அந்த இல்லம் பராமரிக்கப்பட்டு வருகிறது. தினமும் மதிய வேலைகளில் 50 நபர்களுக்கு அன்னதானம் வழங்குகிறார்கள். தைப்பூசஹ் திருநாளில் சிறப்புப் பூஜைகளும் அன்னதான நிகழ்வுகளும் நடக்கின்றன. திறந்து கிடக்கும் சன்னல்கள் வழியாக வள்ளலாரின் அறைகளுக்குள் சிறிய குருவிகள் வழக்கம் போலச் சென்று திரும்புகின்றன.

இ

மருது, கடந்த இரண்டு மாதமாக மர அறுவை மில்லிற்கு வேலைக்குச் செல்லவில்லை. யாரிடமும் சொல்லாமல் நின்றுவிட்டான். அந்த முதலாளியைப் பார்ப்பதற்கே அவனுக்குப் பிடிக்கவில்லை. வெறுப்பும் ஆத்திரமும் வந்தாலும் அவரையும், ஜெகனையும் ஒன்றும் செய்யமுடிந்திடாத தன் நிலையை வெறுத்துக் கொண்டிருந்தான். சாலையின் நடைபாதைத் திண்ணைக்கே திரும்பவும் அழைத்து வந்திருக்கும் இந்த வாழ்விலிருக்கும்

சுதந்திரத்திற்காகக் கொஞ்சம் மகிழ்ச்சியும், மீண்டும் வாழ்க்கையைத் துவங்குவதில் இருந்திடும் சிக்கல்களுக்காகக் கொஞ்சம் வருத்தமும் அவனுக்குள் உறைந்துகிடந்தது. வள்ளலாரின் குடிலை மீட்க முடிந்திடாத இந்தச் சூழலின் மீது அவனுக்குக் கோபமாக வந்தது. எந்த சுவாரசியங்களுமில்லாமல் அன்றாடத்தை ஒருவகையில் கடத்தியபடியிருந்தான். மீண்டும் தங்கசாலையிலேயே மூட்டைகளை ஏற்றி இறக்கிடும் தினசரிக் கூலியாக மாறியிருந்தான். அதிக மூட்டைகளைச் சுமந்து உட்சபட்ச பளு நிறைந்த சுமையுந்துகளையும், மனித இழுவை ரிக்சா வண்டிகளையும் பின்புறத்திலிருந்து தள்ளிவிட்டும் சொற்பமாகக் காசு பார்த்துக் கொண்டிருந்தான். இதுபோல உதிரிகளுக்கான சிறுசிறு வேலைகளையே அவன் இப்போது நேசிக்கத் துவங்கியிருந்தான். மேலும் அவர்களே எப்பொழுதும் ஒரே மாதிரியான நேர்மையான வாழ்வைக் கொண்டிருப்பவர்களாகவும் இப்போது அவனுக்குத் தோன்றியது. கைப்பையில் வைத்திருந்த வள்ளலாரின் சிறிய கறுப்பு வெள்ளைப் புகைப்படத்தை எடுத்து வைத்து மனதில் பிரார்த்தித்து விட்டு இரவுகளில் படுக்கைக்குச் செல்வதை வழக்கமாக்கி வைத்திருந்தான். உயரத்திலிருக்கும் சிறிய சாளரத்தின் உள்ளிருந்து பெரிய உலகைப் பார்த்துக் கொண்டிருப்பது மாதிரி அவனுக்குத் தோன்றிக்கொண்டிருந்தது அவனுடைய இந்த வாழ்க்கை

சுட்டெரிக்கின்ற வெய்யில் பரவியிருந்த மதிய வேலையில் சாலையில் ஒரு மரத்தடியின் சிறு நிழலுக்குள் தன்னைக் கிடத்தியிருந்தான். உலகத்தைப் புரிந்துகொள்வதில் தனக்கிருக்கும் போதாமைகளை மனதில் ஓர் ஓரத்திலிருந்து அசைபோட்டபடி படுத்துக்கிடந்தான். மகான்களும், எளிய மனிதர்களைப் போலவே யதார்த்த வாழ்வின் கஷ்டங்களைச் சுமந்துகொண்டுதான் இங்கு இருந்திருக்கிறார்கள். ஆனால், அன்றாட வாழ்வின் தேவைகளை அவர்கள் பிரித்திருந்த விதமும் அவற்றைக் கையாண்ட லாவகமும் தான் வேறு மாதிரியான நுட்பத்திலானது. முன்னை விட அவன், தனது வாழ்வு குறித்த சிந்தனை முறைகளை மனதில் அடுக்கிக் கொண்டு வரும் நுட்பத்தில் மிகவும் கைதேர்ந்துவிட்டதாக ஒரு நினைப்பு அவனிடம் ஒட்டிக்கொண்டது. வள்ளலார் எவ்வளவு பெரிய மகான், எவ்வளவு சொற்பொழிவுகள்,

பாடல்கள், போதனைகள் செய்திருக்கிறார். எளிய மக்களை அவர் ஒருங்கிணைத்திருந்த விதமும் அதன் சாராம்சமும் திரும்பத் திரும்ப அவனை உணர்ச்சிகளின் ஒரு எல்லைக்கு அழைத்துச் சென்றது. பசியின் கொடிய வேதனைகளையும் அதன் விளைவுகளையும் சிறுவயதிலிருந்தே அவன் நன்கு அறிந்திருந்தான், அதை முழுவதுமாகத் தீர்ப்பதற்காகவே தனது முழு வாழ்வையும் வள்ளலார் அர்ப்பணித்திருந்த விதம் அவனுக்குள் ஆழமாக ஊடுருவி இருப்பதை அறிந்திருந்தான். அசதியில் அங்கேயே படுத்துத் தூங்கிப்போனான்.

நிலவொளியில் அவன் எழுந்து பார்த்த போது பஜார் காலியாகியிருந்தது, சில கடைகள் அடைக்கப்பட்டுக் கொண்டிருந்தன. உமிழ்நீரைத் துடைத்தபடி காலியான சாலையைப் பார்த்தான். இழுக்க முடியாமல் திணறியபடி வண்டியை இழுத்துக்கொண்டு சென்ற முதியவரின் வண்டியை ஓடிப் போய் பின்னால் இருந்து தள்ளினான். வண்டி கொஞ்சம் இலகுவாகி நகர்ந்துகொண்டிருந்தது. இருவருக்குள்ளும் பேச்சுகளில்லை. சாலையும் மௌனத்தில் மூழ்கியிருந்தது. திணறியபடி இழுத்துக் கொண்டிருந்ததால் அந்த முதியவரின் வாயிலிருந்து எழும் மூச்சொலி தனியாகச் சிறிது சப்தமாக எழுந்து எழுந்து அடங்கிக்கொண்டிருந்தது.

“அய்யா எவ்ளோ நாளா வண்டி இழுக்கிறீங்க?”

“எனக்கு விவரம் தெரிஞ்ச நாள்ளேருந்து” என்றார் மெலிதாகச் சிரித்தபடி, மேலும் அவரே தொடந்து ‘இதே ஏரியாதான் நமக்கு’ என்றார். கொஞ்ச நேரத்தில் இரண்டு தெருக்களைக் கடந்து சாலையின் வலது புறமாக வண்டியை ஒதுக்கினார். அந்த வண்டிக்காகவே காத்திருந்தது போலக் கடைச் சிப்பந்திகள் வேகவேகமாக மூட்டைகளை இழுத்துத் தூக்கத் துவங்கினர். மருது அருகிலிருந்த திட்டில் உட்கார்ந்த படி வீதியை வெறித்துக் கொண்டிருந்தான். சில மூட்டைகள் காலியானதும் கடை சிப்பந்தி ஒருவன் வண்டி மீது ஏறி மூட்டைகளை இழுத்துவிட்டான். சிறிது நேரத்திலேயே வண்டி காலியானது. வண்டியை ஒரு கையிலேயே லாவகமாகத் திருப்பியபடி, ஓரத்தில் உட்கார்ந்திருந்த மருதுவை அழைத்தார் முதியவர். முதல் முறையாகக் கடையின் வெளியிலிருந்த விளக்கொளியின் பிரகாசத்தில் அந்த முதியவரைப் பார்த்த நொடி அதிர்ச்சியில்

திகைத்து நின்றான். பேச்சு கோர்வையாக வரவில்லை. முன்பு அவனுக்கு நீரும், சோறும் கொடுத்திருந்த, சாந்தமான கண்கள் கொண்ட முகமும், மிருதுவான கைகளும் கொண்ட அதே மனிதன். வள்ளலாரை ஒத்திருந்த அதே வடிவம். கைகளைக் கட்டிக்கொண்டால் அவரேதான். மேலிருந்து கீழாக ஒரு முறை அவரைப் பார்த்தவாறே அவரது மிருதுவான கைகளை மெலிதாகப் பிடித்த படி,

“அய்யா நீங்கதான அன்னிக்கு என்னைத் தூக்கிவிட்டு சோறு கொடுத்தீங்க” பதட்டத்துடன் கோர்வையில்லாமல் கேட்டான்.

“நான், தினமும் நிறைய்ய பேருக்குச் சோறு கொடுக்கிறேன், அதுல ஒருத்தர மட்டும் எப்படி ஞாபகத்துல வச்சுக்கிறது” மெலிந்த குரலில் சிரித்தபடியே மிகவும் சாதாரணமாகச் சொன்னார்.

“எப்ப இருந்து கொடுக்கிறீங்க” மீண்டும் அதே பதட்டத்துடன் தொடர்ந்தான்.

“நிறைய வருசமாக் கொடுத்துட்டு இருக்கேன்... என் வாழ்க்கையே அது மட்டும்தான்” கொஞ்சம் நின்று நிதானமாகச் சொல்லியபடி, அவனது பதிலை எதிர்பார்க்காதவர் போல, அவனது கைகளில் கொஞ்சம் சில்லரைகளைக் கொடுத்தார். அவன் அதை வாங்க மறுத்து நெளிந்த போது அவற்றை அவனது கைகளுக்குள் திணித்து விட்டு, ஒரே மூச்சில் லாவகமாக வண்டியைக் கிளப்பினார். ஆச்சர்யத்தில் திகைத்து அப்படியே நின்றவன், புகை படிந்த நிகழ்வுகளை ஒரு முறை மனதில் ஓடவிட்டுப் பார்த்தான். தனது கைகளை மெதுவாகத் திறந்து பார்த்தபோது அதற்குள் குளிர்ந்த சிறிய மலர்கள் சிரித்தபடி இருந்தன. கண்கள் விரிந்த சந்தோசத்தில் உடனடியாக அந்த நீண்ட சாலையை நிலவொளியில் கூர்ந்து பார்த்தான், சிறிது தூரம் ஓடியும் பார்த்தான் ஆனால் அந்த நீண்ட தெரு முழுவதும் எந்த வண்டிகளும், ஆட்களுமற்றுக் காலியாகக் கிடந்தது. வள்ளலாரைத் தொடர்வதென்பது அவர் போதித்தவைகளைப் பின்பற்றுவதிலும், பிறரின் பசியாற்றுவதிலுமே முழுமையடைகிறது என்பதை அந்த நொடியில் அவனது ஆழ் மனதிலிருந்து முழுவதுமாக உணரத் துவங்கினான். கண்களில் பெருக்கெடுத்த கண்ணீரை அந்த

வீதி முழுவதுமாகச் சிந்தியபடியே மெதுவாக அசைந்து நடந்து சென்று கொண்டிருந்தான். பிறரின் பசியாற்றும் வள்ளலாரின் அணைந்திடாத அடுப்பு நெருப்புகளில் தானும் ஒரு சிறு பொறியாக மாறிவிட்டதை நினைத்து மகிழ்ந்து கொண்டான். அவனது மனதை அரித்துக்கொண்டிருந்த, புதிர் படர்ந்திருந்த எல்லாக் கேள்விகளுக்கும் பதில் கிடைத்திருந்த மகிழ்ச்சியில், நெஞ்சோடு வள்ளலாரின் புகைப்படத்தை அணைத்தபடியே அன்று வெகு சீக்கிரம் தூங்கிப்போனான்.

6

இப்பொழுதும் வள்ளலார் நகர் பகுதிகளில், தினமும் சோற்றுப் பொட்டலங்களைப் பெரிய பைகளில் தூக்கிக்கொண்டு அலைந்து திரிந்து, சிறிய பிறழ்வு கண்டவர்களிடமும், பார்வையற்றவர்களிடமும், எல்லா விதங்களிலும் கைவிடப்பட்டவர்களிடமும், உடலுறுப்புகளை இழந்தவர்களிடமும் அந்தச் சோற்றுப் பொட்டலங்களை விநியோகித்துக்கொண்டு வரும் சாந்தமான கண்கள் கொண்ட முகமும், மிருதுவான கைகளும் கொண்ட சற்று வயது முதிர்ந்த ஒருவரை எப்படியும் நீங்கள் பார்க்க முடியும். அவரின் மகிழ்ச்சி நிறைந்த மனதையும், உடலசைவையும் நீங்கள் உணர்ந்துகொள்ள முடியும், ஏனெனில் இங்கு எல்லாவற்றிற்கும் ஒரு தொடர்பும், நீட்சியும் உண்டு. அது மெலிதான நரம்புகளால் கண்களுக்குத் தெரிந்திடாத வேர்களைப் போல ஒருவருக்கொருவர் நெருக்கமாகவும், இரகசியமாகவும் பிண்ணப்பட்டிருக்கிறது.

-29.04.23

இந்த இரவிடம் எந்தப் பதிலுமிருப்பதில்லை
அதனிடம் சில இருளிருக்கின்றன.
அதனால் அது இரவாகியிருக்கிறது.
அதனால் அது திருப்தியாகயிருக்கிறது

ஆண் மயில்

அன்பைப் போல் அழகு
யுத்தத்தைப் போல் பயங்கரம்
உனக்கு நிகழும் எல்லாவற்றையும் அனுமதி
சும்மா போய்க்கொண்டே இரு
இங்கே எந்த உணர்வும் இறுதியானதல்ல.

– ரில்கே

1

தூய்மையற்ற பொதுக்கழிப்பறைகளுக்கு அருகிலிருக்கும் கடைகளின் அழுக்கடைந்த ஓரங்களில் இரவுகளில் படுத்துக்கொள்வதற்கு இப்பொழுது நன்கு பழகியிருந்தேன். எனது அறைக்குத் திரும்பிச் செல்லும் வழிகளின் ரேகைகளைக் கொஞ்சம் மறந்து எனது இருப்பிடத்தைச் சில நாள்களாக இங்கேயே மாற்றிக்கொண்டிருந்தேன். தினசரியின் மீதான பயமும், வெறுப்பும், சிலரின் மீதான கோபங்களும் வெகுவாகக் குறைந்து போயிருந்தன. வாழ்வை அதன் போக்கில் நகர்த்திச் செல்வதற்கு ஒரு பிடிப்பும் ஆர்வமும் சில துளிகள் கூடுதலாகயிருந்தன. ஒவ்வொரு விசயத்திற்காகவும் அதற்கான காரணங்களையும் முறைகளையும் எதிர்பார்க்காமல், வெறுமனே எந்த ஒரு முன்னொழுங்குமில்லாமல் ஒவ்வொரு நாளையும் துவங்குவதற்குப் பிடித்திருக்கிறது. சிறிய ஆறுதலைக்

கூட நம்புவதற்கு விருப்பமில்லாமல் ஆகிவிட்ட மனதின் மாற்றத்தை, வெறுமனே கடலை வெறித்துக்கொண்டிருக்கும் சுவாரசியம் நிறைந்ததாக மாற்றிக்கொண்டேன். அதனால் மனிதன், சக மனிதனுக்கு உபயோகப்படாமலிருப்பதன் வலியையும் கொஞ்சம் அனுபவித்திருந்தேன். எதிர்கொண்டு என்னை நெருங்கிவந்திருக்கும் மனிதர்களின் மனங்களை வலுவில்லாமல் முடிந்தவரை இழுத்துத் திரிகிறேன். உயிருடன் நான் அலைந்து கொண்டிருப்பதற்கு எந்தச் சிறிய காரணமும் என்னிடமில்லை. எனது அம்மாவின் மடியில் சுருள்சுருளான தலைமுடியுடன் குழந்தையாக நான் அமர்ந்திருக்கும் பழைய புகைப்படத்தைத்தான் பார்க்கவேண்டும் என சதா தோன்றிக்கொண்டேயிருக்கிறது. இப்போது அந்தப் புகைப்படம் எங்கிருக்கிறது..? நான் நடந்துகொண்டிருக்கும் இந்த நெடும் பாதைகள் எங்கோ ஓரிடத்தில் முடிவடையக்கூடியவை தானே! ஒவ்வொருநாளும், முழுவதும் இருட்டுவதற்கு முன்பே பனி படர்ந்திடும் இந்த நகரில் தூங்கிப்போகிறேன். தூக்கம் தான் இப்போதைக்கான எனது ஒரே ஆசுவாசம். கனவுகளில், ஓர் ஆரஞ்சுத்தோட்டத்தின் இலையுதிர்வுகளுக்கு நடுவில் முகம் புதைத்துக்கிடக்கிறேன். அமைதியின் சலனத்தில் சில விரல்கள் எனது உடலெங்கும் வருடியபடி நகர்கின்றன. ஓர் ஆழத்தில் தேங்கிக் கிடக்கும் என் உணர்ச்சிகளின் நினைவுகளை அவை தான் மீட்டெடுத்துக் காண்பிக்கின்றன. வெகுநேரம் தூங்கிவிட்ட சோம்பலும் அசதியும் என் கண்களிலும் முகத்திலும் எப்போதும் பரவிக்கிடக்கின்றன. மேகக் கூட்டங்களினூடான பகல்நேர நீலவானைப் பார்க்கின்ற போது, சுருக்கங்களினூடான என் முகம் வெளிறிக்கிடக்கிறது. அருகில் படுத்துறங்கும் சகமனிதனிடம் 'இந்த நாள் துவங்கிவிட்டதா..?' எனக் கேட்பதற்குக் கொஞ்சம் சங்கடமாகத் தானிருக்கிறது. 'உண்மையில் இந்த நாள் துவங்கிவிட்டதா....?'

எனக்கான தடித்த படுக்கை அட்டையை மிகக் கவனமாக மடித்து அதற்கான இரகசிய இடத்தில் வைத்துவிட்டேன். தூய்மையற்ற இந்தப் பொதுக்கழிப்பிடத்தின் கழிவறைகளின் உட்சுவர்களில் எழுதப்பட்டிருந்த எனது அலைபேசி இலக்கங்கள் சில இடங்களில் தெளிவாகவும், சில இடங்களில் தெளிவற்றும் இருக்கின்றன. முதல் வேலையாகத் தெளிவற்ற எண்களை மீண்டும் தெளிவாக எழுதி முடித்தேன். பதியப்படும் எண்கள்

ஏதோவொரு விதத்தில் ஏதேனும் ஒரு இணைப்பைக் கொண்டு வருகின்றன. பிரிவிலிருக்கும் ஓர் உறவை மீண்டும் அழைத்து வரும் நம்பிக்கையை உள்ளடக்கியவை. நகரத்தில் அலைபேசி எண்கள் மிக முக்கியமானவை. ஒவ்வொரு தொடர்புக்குள்ளும் ஓர் எண் தீர்க்கமாக இருக்கின்றது. ஒவ்வொரு குற்றத்திற்குப் பின்பாகவும் ஓர் எண் ஒளிந்துகொண்டு வழி நடத்துகிறது. இந்தப் பெருநகரின் உன்னதமான சுகந்தத்தை அனுபவிப்பதற்குச் சில தொடர்புகள் அவசியமாகவுமிருக்கின்றன. சில உறவுகளின் இரகசியங்களும், அதன் நெருக்கங்களும், சந்தோசங்களும், வலிகளும், கண்ணீரும் அலைபேசியின் கதிரலைகளாக இந்தப் பெருநகரம் முழுவதுமாக விரிந்துகிடக்கின்றன.

நீண்ட வெய்யில் காலத்திற்குப் பிறகான இந்தப் பனிக்காலத்தின் காலை வெய்யிலில் முகத்தைக் காட்டியவாறு கடற்கரையின் சிமெண்ட் பென்சில் அமர்ந்தபடி, தார்ச்சாலையில் நகர்ந்து கொண்டிருக்கும் பெரும் மனிதக் கூட்டங்களையும், வாகன வரிசைகளையும் வேடிக்கை பார்த்துக்கொண்டிருக்கிறேன். நகரை வேடிக்கை பார்ப்பது ஒருவிதத்தில் அதை உளவு பார்ப்பது போலானதுதான். எனக்குப் பின்னால் குப்பைகள் படர்ந்திருக்கும் கடற்கரை மணலும் தூரத்தில் விரிந்து கிடக்கும் அலையடிக்கும் நீலக்கடலும் அமைதியில் உறைந்து கிடக்கின்றன. முன்பெல்லாம் வார இறுதி நாள்களில் மட்டும்தான் கடற்கரையில் பொழுதைக் கழித்துக்கொண்டிருந்தேன். ஆனால் இப்பொழுது நிலைமை கொஞ்சம் மாறிவிட்டது. எல்லா நாளும் கடற்கரையில் தான் உட்கார்ந்திருக்கிறேன். ஒவ்வொரு அலையையும் பிடித்துப் பிடித்துத் திருப்பி அனுப்பிக்கொண்டிருக்கிறேன். துயரத்தின் வலி தாங்கக்கூடியதாக மாறிப்போயிருந்தது. சிறிய பொருளொன்றையும், போலியில்லாத சில வார்த்தைகளையும், அக்கறைகளையும், துரோகத்தின் ஒரு முடிச்சையும் ஞாபகங்களாகக் கொண்டிருப்பதைத் தவிர எனது இந்த வாழ்க்கைக்கு என்ன தெரியும். முடிவில் இங்கு எல்லாமே சிறு ஞாபகங்கள் மட்டும் தானா...? பிரிவில் தோன்றியிருந்த கணக்கற்ற வடுக்களை ஆதரவாகத் தடவிக்கொள்கிறேன். நீர்நிறைந்திட்ட என் கண்களின் சிறிய அசைவில் இந்த மாநகரை ஒரு முறை ஆட்டிப் பார்த்தேன். அது சிறிது நடுங்கித் திரும்பியது. நான் உலகத்தைக் கைவிட முடிவெடுத்துக் கண்களை இறுக மூடிக்கொண்டேன். அது எனக்கு ஒரு

எளிய வழி. அடரிருள் எனக்குள் ஊடுருவி கரைந்து போகத் துவங்கியது, அதனுள் என்னுலகம் சிறிய அடர்த்தியற்ற ஒரு ஒளிப்பந்தைப் போல அங்குமிங்கும் அலைந்துகொண்டிருந்தது. அதிலிருந்து எழும்பிய ஒரு சன்னமான ஒலி எனது அறைக்கு என்னை அழைத்துச் சென்றது.

2

எப்போதும் போல் ஒரு பத்திலக்க எண்தான் சந்துருவை என்னிடம் அழைத்து வந்தது. நெருடலான குரல், சற்று பயம் கலந்திருந்த தொனி கூடவே பதற்றத்தில் தொடர்ச்சியற்ற வார்த்தைகளில் அவன் பேசிக்கொண்டிருந்தான். நான் இன்னொரு வாடிக்கையாளரோடு கைகளை இறுகப் பற்றிக்கொண்டு வெடிப்புகள் நிறைந்த என் பாதத்தைக் கொண்டு அவனது மயிர்களடர்ந்த கால்களை உரசியபடி மீனம்பாக்கம் இரயில்வே நடைமேடையின் ஓர் ஓரத்தில் அமர்ந்திருந்தேன். கூட்டமற்ற அந்த இரயில் நிலையம் எப்போதும் எனக்கான சில வாடிக்கையாளர்களின் சந்திப்பிற்காகத் தேர்வான இடமாக மாறியிருந்தது. எதிர்புறமாக நீண்டு கிடக்கும் மலைப்பகுதிகளின் சில மறைவான இடங்கள் எங்களுக்கான எளிய தேவைகளை நிறைவேற்றிக்கொள்வதற்குப் போதுமானதாகவேயிருந்தது. சந்துருவின் மெல்லிய குரலை, மீண்டும் அவன் அழைத்த போது பிசிறின்றி கேட்க முடிந்தது. பெரும் ஏக்கத்தில் நிறைந்து கிடந்தது அக்குரல். அவனது தேவைகளுக்கான விசாரிப்பாகவும், எனது எண் உண்மையானதுதானா? என அறிந்துகொள்வதற்குமானதான அழைப்பாக அது இருந்தாலும். அவனது மென்குரலை எனக்குப் பிடித்திருந்தது. ஆணுக்குப் பிடிக்கும் ஆணின் வசீகரமான மென்குரல். என்னை விட வயதில் நிறைய வேறுபாடு இருக்குமென்று அந்தக் குரல்தான் சொன்னது. அவனை ஆசுவாசப்படுத்தி, நான் செய்யும் சேவைகளை வரிசைப்படுத்தி எனது கிறக்கமான குரலில் சொன்னேன். மறுமுனையில் கேள்விகளில் சாதுர்யம் ஏதுமில்லாமல் இருந்தது. நான் அந்தக் குரலினூடான உணர்ச்சிகளின் வழியாக எனது தனிமையை அந்நொடியே உணரத் துவங்கியிருந்தேன். ஒரு மென் இறகு கொண்டு என் உடலை வருடிக்கொடுத்தது அது. தீவிரமாக அவனது குரலின்

ஒரு முனையைப் பற்றிக்கொண்டு அதற்குப் பிறகான நாள்களில் சுற்றித் திரிந்தேன்.

மறுநாள் சந்துரு என்னைப் பார்க்க வந்தபோது பவுடர் திட்டுக்களேதும் இல்லாதவாறு என் முகத்தை நன்கு அலங்கரித்துக் கொண்டேன். மலிவு விலையின் வாசனைத் திரவியத்தைச் சட்டையின் மூலைகளிலும், மேல் பட்டன் பின்புறத்திலும் தேய்த்துக்கொண்டேன். ஒரு விலையுயர்ந்த அழுக்கேதுமில்லாத சீப்பினால் - எனது பணக்கார வாடிக்கையாளர் கொடுத்தது - எனது சுருள் நிறைந்த முடிகளைச் சீவிக்கொண்டு எனது ஜீன்ஸின் பின்புற பாக்கெட்டில் வைத்துக்கொண்டேன். எங்களது அடையாளங்களைப் பகிர்ந்துகொண்டோம், இரயில் நிலைய நடைமேடையின் ஒரு முனையில் சந்துரு நிற்பது எனக்குத் தெரிந்தது. வயது இருபதுக்குள் இருக்கும் திரட்சியான உடல்வாகு, நெருக்கமான தலைமுடி, சிறிய பழுப்பற்ற கண்கள், எப்போதும் ஏக்கத்தில் தவிக்கும் அசதியான முகம். அவனது கண்கள் என்னைக் கூர்மையாகப் பார்த்துக்கொண்டிருந்தன. சிறிய பயத்தின் நடுக்கமொன்று அவனது அசைவுகளில் அப்பட்டமாகத் தெரிந்தது. நான் மெலிதாக உதடுகளை விரித்துச் சிரித்துப் பார்த்தேன். அவனிடம் பதிலில்லை. என்னை நெருங்குவதற்கு அவனுக்கு இன்னும் நம்பிக்கை வரவில்லை. அவனது கண்களில் அசைவுகளில்லை. சிறிய கூட்டத்தின் நெருக்கங்களினூடாக எங்களின் அசைவற்ற அறிமுகம் நடந்துகொண்டிருந்தது. நான் கைகளை ஆட்டத் துவங்கியதும், அவன் பின்புறமாகத் திரும்பி நடக்க ஆரம்பித்தான். இரண்டு முறை மட்டும் மிக அவசரமாகத் திரும்பி என்னைப் பார்த்துவிட்டுச் சென்றான்.

நான் அவனைத் திரும்பவும் அலைபேசியில் அழைக்கவில்லை. அவன் என்னிடம் எப்படியும் வந்து சேருவான் என்று எனக்குத் தெரியும். அவனது தனித்த உணர்ச்சிகள் நிரம்பிய உடலைக் கொண்டு முழுவதுமாக என்னைக் கட்டிக்கொள்வான். எனது நெருக்கம் அவனுக்குத் தேவையானதுதான் என்று நான் தீர்க்கமாக நம்பினேன். அவனது வயதிலிருந்த என்னை ஒரு முறை மனக்கண்ணில் திரும்பப் பார்த்துக்கொண்டேன். மாநகர வாழ்வின் சிக்கல்களையும், சூட்சமங்களையும் நானும் கொஞ்சம் தெரிந்து வைத்திருந்தேன். அழுக்கில்லாத என் சீப்பை வைத்து ஒரு முறை தலையை வாரிக்கொண்டு, நறுக்கப்பட்ட

எனது மீசையைச் சரிசெய்துகொண்டேன். படர்ந்திருந்த உணர்ச்சிக்குவியல்களுக்கு இடையில், சிறிய பாலிதீன் கவரில் சுற்றிய பூச்செடியொன்றை நேற்று வாங்கிவந்து எனது வீட்டின் மாடியின் கைப்பிடிச்சுவருக்கு அருகில் வைத்திருந்தது ஏனோ ஞாபகத்திற்கு வந்தது, அதற்கு இப்போது தண்ணீர் ஊற்ற வேண்டுமென்றும் தோன்றியது.

திரும்பவும் சந்துரு அலைபேசியில் என்னை அழைப்பதற்கு ஒரு வாரம் ஆனது. நான்தான் நிறைய பேசிக்கொண்டிருந்தேன். மறுமுனையில் நீண்ட அமைதியே தொடர்ந்திருந்தது. அவனுக்கு, இது முற்றிலுமாகப் பரிட்சயம் இல்லாதது போலவே எனக்குத் தெரிந்தது. தன்னைச் சுற்றியிருக்கும் நல்லுலகம் இத்தகைய உறவை என்ன நினைக்கும் என்பதையே அவன் நினைத்துக்கொண்டிருக்கிறான் என்றே எனக்குப் பட்டது. நான் அவனை ஆசுவாசப்படுத்துவதற்கு, இந்தத் தன்பாலின ஈர்ப்பு எவ்வளவு இயல்பானது எனக் கூறி அவனைச் சமாதானப் படுத்தப்பார்த்தேன். நான் யாரிடமும் இவ்வளவு பேசியதில்லை, அவசியமும் இருந்ததில்லை. ஆனால் சந்துருவின் குரலைப் பற்றிக்கொண்டு வந்த எனக்கு, அவனைப் பார்த்தவுடன் அவனது ஏக்கம் நிறைந்த உடலினுள்ளிருக்கும் ஒவ்வொரு வாசல்களையும் திறந்து அனுபவித்து, உணர்ச்சிகளின் உச்சத்தை நானே அவனுக்குக் கொடுக்கவேண்டும் என நினைத்தே பேசிக்கொண்டிருந்தேன். அவனது மென்குரல் என்னை நம்புவதற்கான ஒரு புள்ளியை அப்போது அடைந்திருந்ததாகவே எனக்குத் தோன்றியது.

சந்துரு என் அருகில் உட்கார்ந்திருந்தான். அவனிடமிருந்த அதிகமான பவுடரின் வாசனை எனக்குத் தனித்துத் தெரிந்தது. நான் வேர்க்கடலை பர்பியை அவனுக்குக் கொடுத்துவிட்டு, எனக்கான சதுர வடிவத்தின் முனையைக் கடித்து மெல்லத் துவங்கினேன். அவனது உள்ளங்கைகளுக்குள் எனது விரல்களை மெதுவாகத் திணித்துத் தடவிவிட்டேன், அது வியர்த்துக் கிடந்தது.

"என்னிடம் நீ பயப்படுவதற்கு ஒன்றுமில்லை சந்துரு" அமைதியின் இறுக்கத்தை உடைத்து நான் சொன்னேன்.

"நான் பயப்படவில்லை, உனது அருகாமை கொஞ்சம் திகைப்பாகயிருக்கிறது. அவ்வளவுதான்..."

"ம்..ம்.." எனச் சொல்லியபடி, நான் எனது சட்டையின் ஒரு முனையைக் கையிலெடுத்து அதில் தடவியிருந்த வாசனையை முகர்ந்து பார்த்தேன்.

அவன் கடலை பர்பியின் கடைசி முனையை வாயில் திணித்துவிட்டுக் கைகளை ஒரு முறை தட்டிக்கொண்டான்.

"தியாகு, நீங்க எங்க வேலை செய்றீங்க..?"

"இந்த ஏரியாவுலதான் சந்துரு, தனியா சொல்லற மாறி வேலையெதுவும் இல்லை, இந்த வேலைதான்... ஆமா நீ எங்க வேலை பாக்குற..?"

"கிண்டி சிப்காட்ல... இரும்புக்கான தரச் சான்றிதழ் கொடுக்குற கம்பெனியில... கான்ட்ராக்ட் பேசிசுல..."

எனது பித்த வெடிப்புகளடங்கிய பாதத்தை சந்துருவின் ஒரு காலின் மேற்புறமாக வைத்து அழுத்தினேன். அவன் அதைத் தாங்கியவாறு மேலே தூக்கிப் பிடித்துக்கொண்டான். கிண்டி இரயில் நிலையத்தின் கழிப்பறைச் சுவர் எனது அலைபேசி எண்ணைக் கொடுத்ததாகச் சொன்னான். முதலில் என்னைப் பார்த்தபோதே என் மீது ஈர்ப்பு வந்ததாகவும் ஆனால் பயமும் கொஞ்சம் இருந்ததால் என்னை நெருங்கமுடியவில்லை என்றும் சொன்னான்.

நான் தலை குனிந்தவாறு அவனது கால்களை அழுத்துவதில் கவனத்தைக் குவித்திருந்தேன். எனது கைகளைப் பற்றிக் கொண்டு கண்களை மூடியபடி இருக்கையில் சில நிமிடங்கள் சரிந்து கிடந்தான். நெருக்கத்தின் வாசனை எங்களுக்குள் பரவிக்கொண்டிருந்தது. சில புறநகர் ரயில்கள் நிற்பதும் செல்வதுமாக இருந்தன. நான் உலகை வேடிக்கை பார்த்துக் கொண்டிருந்தேன். அதன் அசைவில் எந்த மாற்றமுமில்லை. அது யாருக்காகவும் எதற்காகவும் அக்கறை கொண்டிருப்பதாகத் தெரியவில்லை.

"இந்த உலகத்தில் நீ யாருக்காகப் பயப்படுகிறாய்" - நான் கேட்டேன்.

கொஞ்ச நேர மௌனத்திற்குப் பிறகு,

"எனக்குள்ளிருக்கும் ஒரு குரலுக்குத்தான்..." என்றவன் கொஞ்சம் நிறுத்தி

"அந்த அடர் பழுப்பு நிறக் குருவிகள் போல நம்மால் வாழமுடியாது தானே..?"

"தினமும் சுற்றிக்கொண்டிருக்கும் இந்தப் பிரபஞ்சத்தில்.. அந்த அடர் பழுப்பு நிறக் குருவிகளும்.. நீயும், நானும், இந்தத் தண்டவாளத்திற்கருகில் பூத்திருக்கும் பூவும், இங்கு நடந்து கொண்டிருக்கும் எல்லோரும், ஒன்றுதான். சிறு அதிசயத்தின் உள்ளொளியை அது எல்லோருக்குள்ளும் வைத்திருக்கிறது. உன் சிறகுகள் உன்னிடம்தானிருக்கின்றன... வா பறக்கலாம்."

சந்துரு என்னை இறுக்கமாக அணைத்துக்கொண்டான். என் காதுமடலின் கீழே முத்தமிட்டு, பின்கழுத்தில் படர்ந்திருந்த வியர்வையோடு கலந்திட்ட பவுடரின் வாசனையை நீளமாக இழுத்து முகர்ந்தான். என் கண்களை மூடியபடி நான் கிறக்கத்தில் சொருகிக்கிடந்தேன். உலகம் சில முறைகள் அசைவற்றுப் போகின்றன என்பதை நீங்கள் நம்புவீர்களா..?

"உன்னைச் சுற்றியிருப்பது சில உயிர்கள் மட்டும்தான் அவற்றிற்கு ஒரு தேவையும், எதிர்பார்ப்பும் இருக்கிறது. நீ எதை உணர்ந்து கொள்கிறாயோ... அது மட்டும்தான், அந்த நொடிதான் நிஜம். நானும் சில ஆண்டுகளுக்கு முன்பாகத் தனிமைப்பட்டுத்தான் கிடந்தேன். எல்லோரின் மீதான கோபத்திலும் சுற்றித்திரிந்தேன். இந்த ஓரினக் கவர்ச்சியிலும் ஏக்கத்திலும் கிடந்து உருகினேன். தனிமையில் நிம்மதியில்லாமல் உழன்றுகொண்டிருந்தேன். என்னைத் தேற்றிக்கொள்வதற்கும், என் உணர்வுகளைப் புரிந்து கொள்வதற்கும் இங்கு யாருமில்லை. சில நாள்களுக்குள் என்னை நானே தேற்றிக்கொள்ளும் வழிகளைத் தேடிப்பிடித்தேன், எனக்கான சில நபர்களைக் கண்டடைந்தேன் அது என்னை ஆசுவாசப்படுத்தியது. எனக்கான தீவிரமான வடிகாலாக அது மாறிப்போனது. எனது பணத் தேவைகளையும் அது நிறைவேற்றியது. இப்போது வரை தனித்த உறவாக எதுவும் அமையவில்லை. இயல்பான உறவில் கிடைக்கும் சுதந்திரமான உணர்ச்சியின் லயத்தையும் மகிழ்ச்சியையும் நான் அனுபவித்ததில்லை. முன்பு எனது ஊரில், தொடக்க காலத்தில் கிடைத்திருந்த உறவு என்னை வெறுமனே உடலுக்கெனப் பயன்படுத்தி அணுஅணுவாக ஏமாற்றி வஞ்சித்துக்கொண்டிருந்ததை நான் அறிந்தபோது இரும்புக்கற்களால் அவனை மூர்க்கமாகத் தாக்கிவிட்டு அங்கிருப்பதற்குப் பிடிக்காமல் இந்த மாநகரத்தில் நுழைந்து

என்னை மறைத்துக்கொண்டேன். இந்நகரம் என்னை, இங்கிருக்கும் பெரிய கும்பலோடு சேர்த்து மூடிக்கொண்டது. உன் தேவைகள் எனக்குத் தெரியும், உனது மனதை நான் உணர்ந்துகொள்கிறேன். உனது இயல்பான ஆசைகளை நான் மதிக்கிறேன். என்னை நீ முழுவதும் நம்பலாம்..." கொஞ்சம் என்னை ஆசுவாசப்படுத்திக் கொண்டு மீண்டும் தெளிவான குரலின் சந்துருவிடம் சொன்னேன்.

"உன்னை மதிக்காத எந்தவொன்றையும் நீயும் மதிக்காதே... அதை திரும்பிக் கூடப் பார்க்காதே.."

அவன் எனது தோலின் மீது சாய்ந்து கிடந்தான். சிறிய மூச்சொலி மெலிதாகக் கேட்டுக்கொண்டிருந்தது. உலகம் இரவைக் கொண்டுவந்தது. எங்களுக்குள் ஒரு நெருக்கத்தின் பாடலை அதுதான் சொல்லிக்கொடுத்தது. மௌனத்தின் சாயலுள்ள ஒரு பூரணத்துவப் பாடலை எனது உடலெங்கும் காதுகளாக்கி நான் கேட்டுக்கொண்டிருந்தேன். சந்துருவும் அதன் ஆழத்தில் கிறங்கிக்கிடப்பது போல்தான் எனக்குத் தோன்றியது. அந்த இரவு முடிந்து போகாது என்றுதான் நான் நினைத்திருந்தேன், ஆனால் அது ஒரு விடியலின் பூவைக் கொண்டு எங்களை எழுப்பிவிட்டது. மாடியில் ஓரறை கொண்ட அந்தச் சிறிய வீட்டின் மாடிப்படிகளில் வைத்திருந்த பாலிதீன் செடியில் பூத்திருந்த புதிய பூவொன்றைப் பார்த்தபடி சந்துரு உட்கார்ந்திருந்தான். நான் அவனது தோலின் மீது கைகளைப் போட்டவாறு அருகில் அமர்ந்துகொண்டேன். முழுமையான சந்தோசங்களின் வரிகள் எங்களது முகத்தில் பரவிக்கிடந்தன.

"இவ்வளவு இயல்பானதா என் ஆசைகள்" தயக்கமின்றி சந்துரு கேட்டான்.

"நீ தேர்ந்தெடுக்கும் உன் இணையின் மீதான நம்பிக்கையில் இருந்து தான் இது உருமாறுகிறது."

நாங்கள் ஒரு வேர்க்கடலை பர்பியின் முனைகளை இணைந்து கடித்துக்கொண்டோம்.

அந்தச் சிறிய பூவைப் பறித்துக் கீழ் வீட்டிலிருக்கும் குழந்தையிடம் சிரித்துக்கொண்டே கொடுத்துவிட்டுக் கிளம்பினோம்.

அந்தச் சாலை முடிவற்றதாக இருக்குமா...?

3

நான் ஊரைவிட்டு ஓடி வந்தபோது எடுத்து வந்த ஒரே பொருள், எனது அப்பா மற்றும் அம்மாவின் மடியில் சுருள்சுருளான தலைமுடியுடன் குழந்தையாக நான் உட்கார்ந்திருக்கும் பழைய புகைப்படம் மட்டும்தான். அப்பா அதில் கம்பீரமாக உட்கார்ந்திருப்பார். அம்மா மெல்லிய புன்னகையோடு மென்மையான கைகளால் என்னைப் பிடித்தபடி அமர்ந்திருப்பாள். முன்பெல்லாம் இந்த மாநகருக்கு வந்த புதிதில் பெரும் பசியில் எனது அம்மாவின் ஞாபகம் முழுவதும் தலைக்கு ஏறி நான் கதறத்துவங்குவதற்கு முன்பான சில நிமிடங்கள் அந்தப் புகைப்படத்தை எடுத்துப் பார்த்து நிம்மதி அடைந்து கொள்வேன். என்னிடமிருந்த இந்த ஓரினக் கவர்ச்சிப் பழக்கங்கள் தெரிந்தபோது அப்பா புளியமரத்தின் பசுங்கிளையைக் கொண்டு என்னைப் பல முறை விலாசியிருக்கிறார். நான் கதறித் துடித்திருக்கிறேன். ஆனால், என் அம்மா ஒரு போதும் என்னை அடித்ததில்லை. இந்தப் பழக்கங்கள் குறித்து நிறைய கேட்டதுமில்லை. அவளைப் பிரிந்து வந்ததற்கு இப்போதும் என்னிடத்தில் பெரிய காரணங்கள் ஏதுமில்லை. அவளது அரவணைப்பை விட்டு வெளியேறியது தான் நான் செய்த தவறுகளில் முதன்மையானது. சாவதற்கு முன்பாக அவளது முகத்தை ஒரு முறை பார்த்து அவளிடம் மன்னிப்பு கேட்டு அழுது தீர்க்க வேண்டும்.

என்னை ஒரு இயந்திரம் போல் பாவித்து, நெருக்கங்களில் வெறுமனே எச்சிலை மட்டுமே பகிர்ந்துகொண்டிருந்த நிறைய வாடிக்கையாளர்களுக்கு நடுவில் இயல்பான உணர்ச்சிக் குவியல்களைப் பங்கிட்டுக் கொள்வதற்கென தனியனாக சந்துரு இருந்தான். எங்களுக்கான தனிமையான நேரங்களை வாரயிறுதியில் எனது அறையிலேயே கழித்துக்கொண்டிருந்தோம். உடலின் ஆழத்தினுள் சென்று ஒவ்வொரு முறையும் பரவசத்தில் ஏதோவொன்றைத் தேடியெடுத்து, கைகளுக்குள் மூடியபடி எனது கிறக்கத்தின் உச்சத்தில் வந்து நின்றுகொண்டிருந்த சந்துருவை முழுவதுமாக விரும்பிக்கொண்டிருந்தேன். அவனது தினத்திற்காக, அவனது தொடுதலுக்காக, அவனது குரலுக்காக ஏங்கிக்கொண்டிருந்தேன். சந்துருவின் அறிவுறுத்துதலின் படியே அலைபேசி அழைப்புகளையும், குறுஞ்செய்திகளையும் மிகவும் கவனமாகவும், குறைவாகவுமே பகிர்ந்துகொண்டிருந்தோம்.

-அவனது அலுவலகம் மற்றும் குடும்பத்தினரிடையே எந்தச் சந்தேகமும் தொந்தரவும் ஏற்பட்டுவிடக்கூடாது என்பதற்காக இதைத் திட்டமிட்டிருந்தோம். - சந்துருவின் தேவைகளை நான் மிகச் சுலபமாகக் கண்டடைந்திருந்தேன். அனுபவத்தின் மூலமாக அவனை முற்றுலுமாக அணைத்துக்கொண்டு ஓர் இளங்கொடியை வளைத்துக்கொள்ளும் லாவகத்துடனும், சூட்சமத்துடனும் அவனுடனான உறவில் நெருங்கிப் பழகிக்கொண்டிருந்தேன். ஆனால், கொஞ்சம் கொஞ்சமாக ஒவ்வொரு நெருக்கத்தின் வழியாகவும் அவன் என்னை முழுவதுமாக ஆக்கிரமித்துக் கொண்டிருந்ததை வெகு விரைவிலேயே உணரத் துவங்கினேன். ஆனாலும் அவன் மீதான எனது ஏக்கங்கள் எனக்குப் பிடித்திருந்தன.

4

நகரம் இரைச்சல்களால் உருவாகி வந்திருக்கிறது. பெரிய அர்த்தங்களை அவை உயிர்வாழவிடுவதில்லை. எல்லோருக்கும் ஒரு தேவையும் அதற்கான உடனடியான காரணமும் கைகளிலிருந்தன. எண்ணற்ற மனித மனங்களின் பல மாற்றங்களைக் கூசாமல் பார்த்துக்கொண்டிருக்கும் அதன் கண்கள் மிகவும் வலிமையானவைதான். அது யாருக்காகவும் தன்னைப் பலவீனமாக மாற்றிக் காண்பித்ததில்லை. மனிதச் சிக்கல்களும், நெருக்கடிகளும் நகரத்தின் சுபாவத்தை மாற்றவியலாத கரும்பாறையைப் போல உருமாற்றி வைத்திருந்தன. ஒவ்வொரு பிரிவிற்குப் பின்னாலும் இருந்திடும் உண்மையும், நியாய உணர்வும், தேவையும் எங்களின் பிரிவிலும் இருந்தன. நகரம் அவற்றை ரகசியமாகத் தனக்குள்ளேயே தொகுத்து வைத்திருந்தது.

காமம், திரட்சியாக எழும் அலைகளின் சுவாரசியத்தையும் வசீகரத்தையும் படிகளாகக் கொண்டது. ஒரு புள்ளியில் உருக்கொள்ளும் அதன் வீச்சும், மென்மையும், லாவகவும் அமைதியின் சலனமான வனப்பிலானது. இரு உடல்களுக்கான தீண்டுதலிலும், அரவணைப்பிலும் கொஞ்சம் கொஞ்சமாக உருவாகி உட்சநிலையில் அது ஏற்படுத்தித் தரும் எல்லையற்ற சுகமானது மனதின் மூலமாகத்தான் முழுவதுமாகச் சுவீகரிக்கப்படுகிறது. நானும் சந்துருவும் எங்களுக்கான சுகத்தை,

ஆண் மயில் | 113

அதன் தனித்த இசையின் லயத்தை மனதிலும் உடலிலும் அனுபவித்துக்கொண்டு இறுக்கமான அணைப்பினூடாக இந்த நகரில் ஒரு மூலையில் கிடந்தோம்.

மலைக்குன்றுகளுக்கிடையிலான மறைவான தாழ்வாரத்திலிருக்கும் எனக்கான ரகசிய இடத்தில் எனது வாடிக்கையாளரோடு என்னுடலைப் பகிர்ந்தபடி நானிருந்தேன். எனது நிர்வாணமான முதுகில் - எனது பணக்கார வாடிக்கையாளர் கொடுத்தது - எனது விலையுயர்ந்த மரச் சீப்பின் பற்களைக் கொண்டு அலையலையாக வருடிக்கொண்டிருந்தான் அவன். என்னுடல் சிலிர்த்துக் கிடந்தது. எனதுடலை இயந்திரத்தின் சாயலில் உருவகித்து அவனது கனத்தை உடம்பை என் பின்புறமாகப் பரப்பி என்னைப் புணர்ந்துகொண்டிருந்தான். வலியில் நான் துடித்துக்கொண்டிருந்தேன். எனக்கு மூச்சு முட்டிக்கொண்டு வந்தது. உடலில் வியர்வைகள் வழிந்து பவுடர் நெடியுடன் பரவிக்கொண்டிருந்தன. அதிர்ச்சியோடும் விரக்தியின் அருவருப்போடும் அந்தத் தாழ்வாரத்தின் ஒரு முனையிலிருந்து மிக ரகசியமாக அசைவில்லாமல் எங்களைப் பார்த்துக் கொண்டிருந்த சந்துருவின் கண்களை அப்போது நான் நேருக்கு நேராக எதிர்கொண்டேன். நிர்வாணத்தின் மீது எந்தவிதக் கவர்ச்சியுமற்ற திரட்சியான கசப்புகளை அந்தக் கண்களில் பார்த்தேன். இதுவரை அக்கண்கள் கண்டிராத காட்சியின் ஒரு வடிவத்தை எந்த வடிவிலும் புரிந்துகொள்ள முடிந்திடாத பெரும்தவிப்பு அக்கண்களில் நிறைந்திருந்தன. அவனது மனதின் குறுகுறுப்பு அவனது இயல்பற்ற அசைவில் எனக்குத் தெரிந்தது. எனது அதிர்ச்சியை உடலில் சமப்படுத்திக்கொள்ள முயன்று கொண்டிருந்தேன். அந்த இடத்திலிருந்து சந்துரு சில நிமிடங்களில் நகர்ந்திருந்தது எனக்குச் சற்று ஆறுதலாக இருந்தது.

திரிசூலம் இரயில்வே நடைமேடையின் இறுதியிலிருந்த இருக்கையில் நாங்கள் அமர்ந்திருந்தோம். மௌனத்தின் இருள் எங்களுக்குள் கணத்துப் படர்ந்திருந்தது. எப்போதும் வார இறுதி நாள்களில் மட்டுமே என்னைச் சந்திக்க வரும் சந்துரு - அப்படியாகத்தான் எங்களுக்குள்ளான சந்திப்புகளில் ஓர் ஒழுங்கிருந்தது - அந்த வார நாளில் என்னைத் தேடி வந்திருக்கிறான். எனது அலைபேசி அணைத்துக்கிடந்ததால், எனது அறைக்குச் சென்று திரும்பியிருக்கிறான். முன்பு சொல்லியிருந்த அந்த மலைப் பகுதிகளில் அலைந்து என்னைத்

தேடி வலி நிறைந்த என் நிர்வாணத்தை முதல் முறையாகப் பார்த்திருக்கிறான்.

"தியாகு, நீ செய்துகொண்டிருப்பதை விருப்பத்துடன்தான் செய்கிறாயா...?" கூர்மையாக எனது கண்களை நோக்கிக் கேட்டான் சந்துரு.

"பாதி விருப்பத்துடன்" நிதானமாக அவன் கண்களைப் பார்த்தவாறே சொன்னேன். தலையை இரண்டு முறை மெதுவாக அசைத்துக்கொண்டேன்.

"சனி இரவுகளில் நாம் அனுபவித்துக் கொண்டிருந்தவைகளோடு என்னால் இதைப் பொருத்திப் பார்க்க முடியவில்லை. நான் பார்த்த இந்த நிர்வாணங்களின் அசைவுகள் என்னை அருவருப்பில் படிந்து போக வைக்கின்றன. நிர்வாணங்கள் அதிர்ச்சிக்குள்ளாக்குபவையாக இப்போதுதான் நான் உணர்கிறேன்." சந்துருவின் குரலில் பரிதவிப்பின் சோகம் அப்பிக்கிடந்தது.

"நிச்சயமாக...நாம் அனுபவித்துக் கொண்டிருப்பதும் இதுவும் ஒன்றல்ல.. நீ இதைக் கொஞ்சம் விளங்கிக்கொள்ள முயல வேண்டும். ஓர் இயந்திரத்தினுடனாக நாம் செய்யும் வேலையும், கொள்ளும் நெருக்கமும், காதல் உணர்வுகளினூடான மனதுடைய மனிதர்களுடனும் நாம் மேற்கொள்ளும் உறவும பற்றும் வாழ்வும் முற்றிலும் வேறுபாடுகளுடையது.."

சந்துரு என்னையே பார்த்துக்கொண்டிருந்தான். நான் தொடர்ந்தேன்..

"இங்கு, சிலருக்கு நான் வெறும் இயந்திரம் அவ்வளவுதான்... ஆனால் உனக்கு, காதல் நிரம்பிவழிந்திடும் துணை. அதனால்தான் நமது உறவில், நமது நிர்வாணங்களில் எந்த அருவருப்பையும் நீ உணருவதில்லை."

"நீ வேறு வேலையைத் தேடிக்கொள்ளலாம்தானே.."

"சந்துரு, நகரத்திற்கு வந்த புதிதில் இதன் இருளடைந்த பாதைகள் எனக்குப் புரியவில்லை. பசியும், ஆண் தேகத்தின் மீதான நெருடல்களான உணர்ச்சிகளின் அவதியும் தவிப்பும் என்னை நிலைகுலைய வைத்தன. தினசரி வேலைகளில்தான் முதலில் தஞ்சம் அடைந்திருந்தேன். என் உழைப்பை

முழுவதுமாகச் சுரண்டிவிட்டு அவர்கள் தரும் கடைசி ஊழியனுக்கான ஊதியம் எனக்குத் திருப்தியாக இருக்கவில்லை. ஒரு விதத்தில் இந்த நகரம் எல்லோரையும் இயந்திரமாகவோ அல்லது பெரும் இயந்திரத்தின் ஒரு பாகமாவோதான் பார்க்கிறது என்பதை மிக விரைவாக உணர்ந்துகொண்டேன். பணமும் வசதியும் கொண்டவர்களுக்காக, அவர்களின் வாழ்க்கையை எல்லாவிதங்களிலும் மேம்படுத்துவதற்கான ஊழியங்களைத்தான் நாமெல்லோரும் வேலைகளாகச் செய்துகொண்டிருக்கிறோம் என்பது புரிந்தது. என் உழைப்பு சுரண்டப்படுவது ஒரு விதத்தில் அது சார்ந்து இருக்கும் எனது உடலை, மூளையைச் சுரண்டுவதுதான். அப்போது நான் சந்திக்க நேர்ந்த என்னைப் போன்ற மனிதர்களில் சிலர், அவர்களது வாழ்வை அவர்களது உடலைக்கொண்டு மட்டுமே சுதந்திரமாகச் செயல்பட்டு வாழ்ந்து வந்தது தெரிய வந்தது. அதன் புதிர்கள் நிறைந்த வழிகளைத் தேடிக் கண்டடைந்தேன். அவற்றின் சூட்சமங்களை ஒவ்வொன்றாகக் கற்றுத் தேறினேன். இப்போது சில பணக்கார முதலாளிகள் என்னிடம் வாடிக்கையாளர்களாக இருக்கிறார்கள். அவர்களை முழுவதுமாகத் திருப்திப்படுத்துகிறேன். என்னளவில் நான் யாரையும் ஏமாற்றுவதில்லை. அவர்களைப் போலவே நானும் அவர்களை ஒரு இயந்திரமாகவே உணர்ந்து கொள்கிறேன். ஊதியங்களைப் பெற்றுக்கொள்கிறேன். எனது வாடிக்கையாளர்களுக்கான குறிப்பிட்ட சில எல்லைகளை உருவாக்கி வைத்திருக்கிறேன். பணக்காரர்களின் குளுமை நிறைந்த அறையுடனோ, சில வாடிக்கையாளர்களின் இந்த மலையினோரங்களிலிருக்கும் வெக்கை நிறைந்த சிறிய தாழ்வாரங்களுடனோ அந்த வேலையும் எல்லையும் முடிந்து போகிறது."

சந்துரு உன்னிப்பாக என்னைக் கவனித்தபடியே என் சொற்களைக் கேட்டுக்கொண்டிருந்தான்.

"இதே வேலைதான் உன்னையும் என்னிடம் கொண்டுவந்து சேர்த்தது, ஆனால் நீ, எனக்கான காதல் நிறைந்த ஒரு பாதி, அப்படித்தான் உன்னைப் பார்க்கிறேன். அதனால்தான் உன்னை எனது அறைக்கு அழைத்துச் செல்கிறேன். நமது சந்தோசங்கள் எல்லையற்றவை. நமது உடல்களின் தேவைகளைத் தாண்டி, காமத்தின் அதீதமான உணர்ச்சிப்பெருக்கைத் தாண்டி ஒரு

பெருங்காதலின் அமைதியும், ஆழமான தொடர்பும் நமக்குள் இருக்கின்றன.

நீ வந்த பிறகு, எனது வாடிக்கையாளர்களை வெகுவாகக் குறைத்திருக்கிறேன். மேலும் குறைத்துக்கொள்கிறேன்.

இந்த நகரம் பெரும் இரைச்சல்களால் உருவாகி வந்திருக்கிறது. ஒவ்வொரு குரலையும் பிரித்து அறிவதற்கு நமக்குக் காலம் போதாது. உனது நெருக்கமும், காதலும் இல்லையேல், எனக்குள் நிறையும் வெறுமையில் பாறையின் ஒரு கரடுமுரடான அடுக்கைப் போல நான் மாறிவிடக்கூடும்."

"தியாகு, உன்னைப் புரிந்துகொள்வதற்கு என்னால் முடிகிறது. ஆனால் மறைவுகளில் நான் பார்க்க நேர்ந்த நிர்வாணங்கள் என்னை அமைதியிழக்கச் செய்கின்றன. அருவருப்பின் ஒரு சரடு என்னைச் சுற்றி நெரித்துக்கொண்டிருக்கும் இறுக்கத்திலிருந்து வெளியேறுவதற்கு முயற்சி செய்கிறேன்."

"சந்துரு, எனது சொற்களைப் புரிந்துகொள்வதற்கு, எனக்கான கடந்த காலத்தின் ஒரு பகுதிக்குள் நீ நுழைந்து வாழ்ந்து திரும்ப வேண்டும். அது அவ்வளவு எளிதானதல்ல."

அந்தச் சந்திப்பிற்குப் பிறகான சனிக்கிழமையில் மிகவும் சோர்வுடன் எனது அறைக்கு வந்திருந்தான். எங்களது உரையாடல்கள் மிகவும் சுருக்கமாகவும் சுவாரசியமில்லாமலும் முடிந்து போயின. உடலுறவிற்கான முன்செய்கைகள் துவங்கிய சில நிமிடங்களிலே குமட்டிக்கொண்டு வாந்தியெடுத்தான். நான் அவனது உடலைச் சுத்தம் செய்துவிட்டு, தலையை ஆறுதலாகப் பிடித்து ஆற்றுப்படுத்தினேன். காலையில் மிக முன்பாகவே, என்னிடம் சொல்லாமலே அறையிலிருந்து வெளியேறியிருந்தான். ஏமாற்றத்தின் முதல் ரேகை எனக்குள் அழுத்தமாக ஊடுருவியிருந்தது.

அடுத்தடுத்த நாள்களில் எனது அழைப்பையும் எடுக்கவேயில்லை. பிறகு வந்த வார இறுதிகளில், நான் அவனைச் சந்தோசப்படுத்தும் முனைப்பில் புதிய கதைகளைச் சொன்னேன். நகரின் புதிய ஏமாற்று வழிகளைத் தெரியப்படுத்தினேன் சுவாரசியமற்றுக் கேட்டுக்கொண்டிருந்த அவனோ, அவனுக்குள்ளிருக்கும் ஒரு குரல், 'இந்தப் பழக்கத்தினைக் கைவிடு' என சதா எச்சரித்துக் கொண்டிருப்பதாகச் சொன்னான். அந்தக் குரல்

அவனது அம்மாவின் குரல் போல மென்மையும், குழைவும் கொண்டிருப்பதாகச் சொல்லித் தேம்பி அழத் துவங்கினான். நான் அவனைத் தேற்றும் பொருட்டு அவனைக் கட்டிப் பிடித்து மென்மையின் வனப்புடன் அணைத்துக்கொண்டேன். பவுடர் மணம் நெருடலில்லாமல் எங்களுக்கிடையில் வீசிக்கொண்டிருந்தது. நான் அவனது காது மடல்களை மென்மையாக வருடியபடி அவனை நிர்வாணமாக்கினேன். அவனது கலங்கிய கண்கள் தரையைப் பார்த்து நின்றிருந்தன. நான் நிர்வாணமாகத் துவங்கும் போது அவன் குமட்டிக் கொண்டு வாந்தியெடுத்தான். நான் எனது தலையில் அடித்துக்கொண்டு அழுதபடி அறையின் ஒரு மூலையில் சரிந்து கிடந்தேன். கண்விழித்துப் பார்த்த போது சந்துரு அறையில் இல்லை. அவனது வாசனையை ஒவ்வொரு துளியாக நுகர்ந்து அந்த நாளில் ஆசுவாசப்பட்டேன்.

எனது சிறிய வகை அலைபேசியில் குரலழைப்பு மற்றும் குறுஞ்செய்திக்கான வசதிகள் மட்டுமே இருந்தன. வேறெந்த வசதியும் இல்லை. அந்த இரண்டு வகையிலும் தொடர்ந்து முயன்றும் பிறகு சந்துருவைத் தொடர்புகொள்ளவே என்னால் முடியவில்லை.

5

சந்துரு என்னை விட்டுப் பிரிந்து சென்ற சமயத்தில் இந்த மாநகரம் மிகக் கொடிய காடொன்றின் இரக்கமற்ற வரைபடமாக மாறிப்போனது. பாதைகளும், சுற்றியிருக்கும் உயிர் குடிக்கும் விலங்குகளும் மனிதர்களும் எதுவும் எனக்குப் புரியவில்லை. தொடர்ச்சியாக அவனைத்தேடி அலைந்துகொண்டிருந்தேன். அவனது அலைபேசியை அழைத்து அதில் கேட்கும் இயந்திரத்தின் குரலுக்கு என்னை அடிமையாக்கியிருந்தேன். 'இப்போது உபயோகத்திலில்லை' என்ற அந்தக் குரல் எப்படியும் எனது அழுகையைச் சொல்லி அவனை என்னிடம் அழைத்து வருமென நம்பிக்கொண்டிருந்தேன். மூன்று மாதங்கள் முடிந்த பிறகு எனது மனப் பிறழ்வுகளை எனது மனதில் ஓர் ஓரத்தில் அடுக்கிவைக்கப் பழகியிருந்தேன். வாடிக்கையாளர்களைக் கணிசமாகக் குறைத்துக் கொண்டேன். எனக்கான தேவைகளும் இப்போது குறைந்து போயிருந்தன. என்னைச்

சுற்றியிருந்தவர்களின் பார்வைகள் என் மீதான அனுதாபத்தைக் குவித்திடும் உடல்நிலைக்கு மாறியிருந்தேன். புகையிலையும், பிராந்தியும் கூட முதல் முறையாகப் பயன்படுத்தத் துவங்கிய காலம் அதுதான். ஆனால், அது எனக்கான வடிகாலாக மாறமல் போனது துரதிர்ஷ்டம்தான். அதன் நெருடலான மனம் என்னை மேலும் வெறுப்பேற்றியது. சில முறை எனக்கான வாடிக்கையாளரிடமும் என் பைத்தியத்தின் முகத்தைக் காண்பிக்க நேர்ந்தது. அது இன்னும் குழப்பத்தை உருவாக்கியது. என் உடலை ஓர் இயந்திரத்தைப் போல உபயோகப்படுத்திக் கொண்டிருந்தவர்கள் கூட என்னைப் புறக்கணிக்கத் துவங்கியிருந்தனர். இந்த மாநகரில் என்னை அழைத்திடும் ஒருவரும் இல்லாமல் போகும் அந்த நாளும் வந்து விட்டதோ என்றெண்ணி நான் துயரமடைந்திருந்தேன். எனது அறையை மறந்து கடைவீதிகளில் படுத்துறங்கிக் கடற்கரையில் மீதிப் பொழுதுகளைச் செலவழித்துக் கொண்டிருந்தேன்.

காலம் எல்லாவற்றையும் சரிசெய்கிறது அல்லது சரியாகிவிட்டதைப் போலான ஒரு தோற்றத்தையாவது உருவாக்கிவிடுகிறது. வார இறுதிகளில் மட்டுமே சந்துருவின் நினைப்புகள் மேலெழுந்து என்னை அமுக்கியபடியிருந்தன. தனிமையில் உழன்று எனது சிறிய அறையை விட்டு வெளியேறி அந்த மலைப்பாறைகளினூடே சிறிய விளக்கொளிகளில் மிதந்திடும் குறுகிய பாதைகளில் இலக்கற்று நடந்து திரிந்தேன். பிறகு வாரயிறுதி நாள்களின் மாலைநேரங்களில் தொடர்ச்சியாகக் கடற்கரைக்குச் செல்வதற்குப் பழகிக்கொண்டேன். வெறுமனே மணலில் அமர்ந்து நீலக் கடலைப் பார்த்தவாறு - சந்துருவோடு - பேசிக்கொண்டே, உணர்ச்சிகள் நிறைந்த எனது மனவெளியைக் கடந்துகொண்டிருந்தேன். சந்துருவின் அடர்ந்த நினைவின் எல்லைகளை முடிந்தவரை சுருக்கிக்கொள்வதற்கு, ஒரு தவம் போல இந்த ஏற்பாட்டைச் செய்து வந்தேன். எல்லாப் பிரச்சினைகளுக்கு இடையிலும் எனது அலைபேசி எண்ணையும், ஜமின் பல்லாவரத்திற்குக் கிழக்காக விரிந்திருக்கும் மலைமேட்டின் குன்றுகளில் நானிருந்த அந்த ஒற்றையறை கொண்ட வீட்டையும் சந்துருவிற்காக மாற்றவில்லை. என்றேனும் ஒரு நாள் அவன் என்னைத் தேடி வருவான் என நம்பிக்கொண்டிருந்தேன். அதுவே கடைசியாக நடந்தது.

6

மூன்றரை வருடங்களுக்குப் பிறகு, சில நாள்களுக்கு முன்னதாக சந்துரு என்னைப் பார்க்க வந்திருந்தான். கையில் அவனது மூன்று வயதுப் பெண் குழந்தையையும் தூக்கிக்கொண்டு வந்திருந்தான். பழகிடாத நடையைக் கொண்டு அவனது விரல் பிடித்து அது மாடிப் படிகளை ஏறி வந்தது. அதன் முகவடிவம் சந்துருவின் திரண்ட சாயலிலிருந்தது. நான் சந்துருவின் கண்களை உற்றுப் பார்த்தவாறே குழந்தையைத் தூக்கிக்கொண்டேன். என் கண்களில் கண்ணீர் முட்டிக்கொண்டு வந்தது, சந்துருவின் கண்களில் எந்தக் கலக்கமுமில்லை. அதை நான் எதிர்பார்த்திருந்தேன். ஆனால் அவன் மீது கோபம் வராதது எனக்கே அதிசயமாகத்தான் இருந்தது. மிக இயல்பாக எனது கைகளைப் பிடித்து நலம் விசாரித்தான். அவனது குழந்தையை என்னிடம் காண்பிப்பதற்காக நிறைய நாள் யோசித்து இன்று கூட்டி வந்ததாகச் சொன்னான். என்னைப் பிரிந்திருந்தாலும் எனது தேடலின் வழியே கண்டடைந்திட முடிந்திடாத ஒரு பிரதேசத்தில் இந்த நகரத்திற்குள்தான் வசித்திருக்கிறான். அவன், தனது வேலையை, இருப்பிடத்தை, நண்பர்களை மாற்றிக்கொண்டதை, திருமணம் செய்துகொண்டதை என ஏதேதோ தொடர்ச்சியாகச் சொல்லிக்கொண்டேயிருந்தான். நான் அவனது பேச்சை உள் வாங்கிக் கொள்ளவில்லை. இடையில் அவனது அம்மா இறந்ததைப் பற்றிச் சொல்ல ஆரம்பித்தபோதுதான், நான் அவனது சொற்களில் கவனத்தைத் திருப்பினேன். அவனது கண்கள் கலங்கி, மௌனத்தின் ஒரு முனையில் கதறிக்கொண்டிருப்பது எனக்குப் புரிந்தது. அவனுக்குள்ளிருந்த அந்தக் குரல் அவனது அம்மாவின் குரல்தான் என்பதைக் கண்டடைந்த நொடியில்தான் என்னைப் பிரிவதற்கான முடிவை எடுத்ததாக அவன் சொன்னபோது, அவனைத் தட்டிக் கொடுத்து நிலைமையைச் சமாளித்தேன். கடந்த மூன்று வருடமாக அவனிடம் ஏதேதோ கேட்க நினைத்திருந்த எனக்கு அப்போது எதுவும் தேவையாக இருக்கவில்லை. சில கேள்விகளில், சில பதில்களில், சில காரணங்களில் உறவின் ஒரு முழுமையை அடைந்திட முடியுமென்ற வாதங்களை நம்புவதை நான் கடந்திருந்தேன். நான் குழந்தையை மேலே தூக்கிப்போட்டு, மீண்டும் காற்றில் சிரித்தபடியே கைகளை விரித்துப் பறந்து வரும் அவளை

லாவகமாகப் பிடித்துக்கொண்டிருந்தேன். ஒரு வகையில் வாழ்வு இப்படித்தான் அதன் அர்த்தங்களை நம்மை நோக்கி லாவகமாக நகர்த்துகின்றது. எனது மூன்று வருட வலிகளும், சோர்வுகளும் நீங்கியது போல்தானிருந்தது. கடைசியாக அவனது மென்குரலில் மன்னிப்புக் கோரினான்.

"எதற்கு..?"

"உன்னை விட்டுப் பிரிந்து சென்றதற்கு."

"நம் உறவில் அது ஒரு நிலை, அவ்வளவுதான். அதில் சோகமிருந்தாலும், அது மட்டுமே முடிவில்லை..."

"எனக்காக இனிமேல் எப்போதும் காத்திருக்காதே தியாகு, நான் உன்னைவிட்டு வெகு தூரத்திலிருக்கிறேன்."

"நீ என்னைத் தேடி வரும் நாளில் உனக்காக நான் நிச்சயம் காத்திருப்பேன் அன்பே."

"அந்தப் பழுப்பு நிறக் குருவிகள் போல நம்மால் வாழமுடியாது, புரிந்துகொள்வதற்கு முயற்சிசெய். நான் இனி ஒரு போதும் உன்னிடம் திரும்பி வரப்போவதில்லை."

நான் உடனடியாகப் பதிலேதும் சொல்லவில்லை. வெறுமனே சிரித்து வைத்தேன்.

கடைசியாகக் குழந்தையின் கண்ணத்தில் முத்தம் கொடுத்தவாறே சந்துருவின் கண்ணத்திலும் முத்தமிட்டு அவனை வழியனுப்பினேன். அவன் அந்த எச்சிலற்ற முத்தத்தைச் சிறிய அசௌகரியத்துடன் ஏற்றுக்கொண்டான்.

வெறுமையில், எனது உடல் நடுங்கத் துவங்கியது, எனது அம்மாவின் மடியில் நான் அமர்ந்திருக்கும் புகைப்படத்தைப் பார்க்க வேண்டும் போலிருந்தது. கைகளில் எடுத்து வைத்து, என் அம்மாவின் கலங்கமற்ற முகத்தை உள்ளங்கையால் துடைத்து விட்டேன். மாசற்ற அந்த முகத்தைப் பார்த்து மெலிதாகச் சிரிக்கத் துவங்கினேன். ஒரு வலியின் உச்சபட்ச அழகிலிருந்தது அது. சிறிய அறை, கணக்கற்ற பொருள்களால் நிரம்பிவழியும் நெருக்கடியில் திணறுவது போலிருந்தது. துவங்கும் ஒரு மீளமுடியாத தனிமையின் கூர்மையான

அச்சுக்கள் என்னுடல் முழுவதும் தீர்க்கமாக விழுந்து உடலைக் கிழித்து விரிந்து சென்று கொண்டிருந்தது.

7

இதோ புதிய நாள் துவங்கிவிட்டது. எனது பகுதிகளுக்குச் சுற்றிலுமிருக்கும் ஒவ்வொரு தூய்மையற்ற பொதுக் கழிப்பறைகளின் சுவர்களிலும் வரையப்பட்டிருக்கும் எனது உடலையும், பெயரையும், அலைபேசி எண்ணையும் முற்றிலுமாக அழிக்க வேண்டும். புதிய எண்ணிற்கு மாறியிருந்தேன். அறையையும் மாற்றிக்கொண்டேன். கைவசமிருக்கும் மிகச் சில வாடிக்கையாளர்களின் அரவணைப்பும், ஊதியமும் போதுமானதாக மாறியிருந்தது. அடையாளத்தை மாற்றிக்கொள்ளுதல் நகரத்தில் மிக இயல்பானதும் மிக எளிதானதும் கூட. வாழ்வில், உங்களுக்கு ஒரு முகமூடியில் திருப்தியில்லையெனில் முதலில் அதில் சில திருத்தங்களை மேற்கொள்ளலாம். முடியாத போது முகமூடியையே மாற்றிக் கொள்ளலாம். அழிக்கப்பட்ட தடத்தில் மீண்டும் எனது எண்கள் வேறு நபர்களால் எழுதப்பட்டிருக்கின்றனவா என்பதையும் சில நாள்கள் வரை உறுதிப்படுத்த வேண்டும். என்னிடம் கைவசம் நிறைய நாள்களிருக்கின்றன. எந்த உபயோகமுமற்றதாக அவை மட்டுமே என்னுடனிருக்கின்றன. அந்தப் பழைய எண்ணின் ஞாபகத்திலிருந்து வெளியேறுவதற்கு அவை பயன்படலாம். சில கிலோ மீட்டர்கள் தாண்டியிருக்கும் நிறைய கழிப்பறைச் சுவர்களையும் ஒருமுறை சென்று பார்த்து வர வேண்டும். நிறைய அலைய வேண்டியிருக்கும். பழைய எண் ஒரு நோயைப் போல என்னுடலில், மனதில் தொற்றி கொண்டிருந்தது. எப்படியாவது, எங்காவது அதைப் பார்க்க வேண்டும் என்பதையே மனது சொல்லிக்கொண்டிருந்தது. நகரத்தில் மனித நெருக்கடிகளுக்குள் அலைதல் ஒரு வேண்டுதலை ஒத்ததுதான். கிண்டியை மொத்தமாகச் சுற்றி எழுதி வைத்திருந்தேன். அவை மொத்தமாக அழிக்கப்படுவதற்குக் கூடுதல் நாள்கள் தேவைப்படலாம். ஒரு பிரார்த்தனையின் வடிவத்திலாவது அந்த எண்களை அழிக்கவேண்டும்.

எண்கள் மிக முக்கியமானவை ஒரு தொடர்பை, அதன் ஆத்மயிருப்பை உருவாக்கிக் காண்பிக்கும் வல்லமை ஒவ்வொரு

எண்ணுக்கும் உண்டு. அதே போலத் திடீரெனத் தொடர்புகளை அறுத்துக்கொள்ளும், தங்களது அடையாளங்களைத் தங்களின் கைகளாலேயே முற்றாக அழித்துக்கொள்ளும் எண்களும் அரவணைப்பின் சாயல்களைக் கொண்டவைதான். நான், சற்றேறக்குறைய என்னையே ஒரு முறை முழுவதுமாக அழித்துக்கொள்வதற்கு சமமானதுதான் இப்பொழுது நான் செய்ய முற்படுவது. அழுத்தமாக எழுதப்பட்டிருக்கும் நிலையில் இருக்கும் எனது எண்களை முழு பலத்தையும் கொண்டு அழிக்கத் துவங்குகிறேன். கைகள் நடுக்கத்தின் பிடியில் சிக்கிக்கொண்டு சுவரில் இலக்கற்று ஓடுகின்றன. ஓர் இழப்பைச் சரி பார்த்துக்கொள்ள கைவசம் உறவென என்னிடம் ஏதுமில்லை. உங்களுக்கோ நானொரு மனிதன் அல்லது இழிவானவன், எனக்கோ.. ஒரு மூலையில் நின்றிருக்கும் சிறிய செடியின் வழுவிழந்த தண்டு பகுதி நான். சரிந்து விழும் நொடியில் எதுவோ என்னைத் தாங்கிப் பிடிக்கின்றன. அவை எனது அம்மாவின் மென்கரங்களோ, சந்துருவின் காதல் கரங்களோ, எனது வாடிக்கையாளரின் மூர்க்கமான இயந்திரக்கரங்களோ எனக்கு அவ்வளவு வெளிப்படையாக எதுவும் தெரியவில்லை. ஆனால், அது என்னைத் தாங்கிப்பிடித்து தரையில் அமரவைத்தது. முழுவதும் சோர்ந்து உலகை நான் வேடிக்கை பார்த்துக் கொண்டிருக்கிறேன். ஒரு வகையில் அதன் அநாதைத் தனமையை உற்றுப் பார்த்துக்கொண்டிருப்பது போலானதுதான் அது. அதன் அசைவில் எந்த மாற்றமுமில்லை. அது யாருக்காகவும் எதற்காகவும் அக்கறை கொண்டிருப்பதாகத் தெரியவில்லை. நான் உலகைக் கைவிடத்துணிகிறேன். கண்களை இறுக்கமாக மூடிக்கொள்கிறேன். அது எனக்கு ஒரு எளிய வழி. சிறிது நேரத்தில் தூங்கிப்போகிறேன். ஆரஞ்சு தோட்டத்தின் இலையுதிர்வுகளுக்கு நடுவில் உள்ளே முகம் புதைத்து அசதியில் நான் படுத்துறங்குகிறேன்.

– 25.01.24

அவள் தன்னை எல்லாவற்றிலிருந்தும் பிரதிபலிக்கிறாள்,
ஒரு நதியாக
ஒரு சமவெளியாக
ஒரு பாலைவனமாக
ஒரு பிரியம் தீர்ந்த நீண்ட காலமாக.

விடுதலை

1

குளிர்ந்த காற்று பரவியிருந்த காலை வெய்யிலுக்கிடையில், சில்லாங்கின் அரசு பொது மருத்துவமனைக் கூடம் மக்களின் கூட்டத்தால் நிறைந்துகொண்டிருந்தது. நோயாளிகளாலும், அவர்களுடனான உறவினர்களாலும், மருத்துவர்களாலும், மருத்துவச் சிப்பந்திகளாலும் அதன் முதன்மை வளாகம் நெரிசலின் பரபரப்பில் பிண்ணியபடி இயங்கத் துவங்கியிருந்தது. மருத்துவமனை நுழைவாயிலிலிருந்து சற்று தூரத்திலிருக்கும் சிறிய பேருந்து நிறுத்தத்தின் வெளிப்புற மூலையில், அந்தச் சிறிய சுவரில் சாய்ந்து கிடந்த வயது முதிர்ந்தவள் - பழைய குச்சியொன்றைப் போலிருந்தாள், கிழிந்த சேலையினால் பரிதாபமான முறையில் தன்னுடலைச் சுற்றி மூடியிருந்தாள். சில பெயர்களைத் தெளிவின்றி சதா உச்சரித்துக்கொண்டிருந்த, அவளது காய்ந்து வெடித்த உதடுகள் இறுதியாக அசைவுகளை நிறுத்திவிட்டன. அவளது தலை முழுவதுமாகத் தளர்ந்து, முறிந்த கிளைபோலத் தொங்கிக்கிடந்ததைத் தற்செயலாகக் கவனித்த, பேருந்து நிறுத்தத்திலிருந்த பெண்கள் சிலர் கூக்குரலிடவே அவளைச் சுற்றி வெகு சீக்கிரமாகப் பெரும் கூட்டமொன்று கூடத் துவங்கியிருந்தது.

சொற்ப உடைமைகளுடனான கிழவியின் பரிதாபமான வாழ்வு குறித்த அக்கறையான சொற்களை எல்லோரும் தங்களுக்குள் பகிர்ந்துகொண்டனர். காலை நேரத்தில், பரபரப்பான அந்தச் சாலையில் வாகன நெரிசல் நீண்டுகொண்டிருந்தது. போக்குவரத்துக் காவலர்களின் வருகைக்காக அந்த இடம் காத்துக்கிடந்தது. அடைத்துக் கிடந்த பெரும் நெரிசலில், வழிகளை வேண்டி வாகனங்களிலிருந்து எழும் ஒலியானது இடைவிடாது அங்கு எழுப்பப்பட்டுக் கொண்டிருந்தன.

அருகிலிருந்த கிராமங்களில் ஒன்றிலிருந்து, விடுதலை இயக்கக் குழுவினரால் சுடப்பட்டு உயிரின் கடைசிச் சொட்டைப் பிடித்து வைத்திருந்த இளைஞனொருவனை ஏற்றிக்கொண்டு பொது மருத்துவமனையை நோக்கி வந்துகொண்டிருந்த அவசர ஊர்தி, தொடர்ச்சியாக அவசரத்தின் ஒலியை எழுப்பியவாறு அந்த வாகன நெரிசல்களுக்கிடையில் வழி கிடைக்காமல் ஊர்ந்துகொண்டிருந்தது. சற்று நேரத்தில் வந்திருந்த போக்குவரத்துக் காவல் அதிகாரிகள், முதலில் கிழவியைச் சுற்றியிருந்த மக்கள் கூட்டங்களை விரட்டிக் கலைத்தனர். மரணமடைந்த அந்தக் கிழவியைக் கையிழுப்பு வண்டியில் ஏற்றி மருத்துவமனைக்கு அனுப்பினர். வாகனங்களை ஒழுங்குபடுத்தி, அவற்றை ஒவ்வொன்றாக வரிசைப்படுத்தி அனுப்பத்துவங்கினர். நெரிசல்களுக்கிடையிலிருந்த அவசர ஊர்தியிலிருந்து பெரும் அழுகுரல்கள் அந்தச் சாலை முழுவதுமாகத் திடீரெனப் பரவின. அந்த இளைஞனின் உயிர் ஊர்திக்குள்ளாகவே பிரிந்திருந்தது. ஒரு வழியாக நெரிசலைக் கடந்து சாலையின் ஒழுங்கமைப்பின் வழியே அவசர ஊர்தி மருத்துவமனைக்குள் நுழைகின்ற போது, அந்த இளைஞன் தனது கடைசிச் சொட்டு உயிரையும் முழுவதுமாக இழந்திருந்தான். அவசர ஊர்தியிலிருந்து தொடர்ச்சியாக வந்து கொண்டிருந்த தடித்த ஒலிகள் நிறுத்தப்பட்ட போது அந்த மருத்துவமனை வளாகம் சட்டென வெறுமையில் மூழ்கத் துவங்கியது போல மாறியிருந்தது.

2

தில்லியின் பரபரப்பான பகுதிகளில் ஒன்றான முனிர்கா'வின் குடியிருப்பு வளாகப்பகுதியில், மதியத்தின் கனத்த அமைதி நிறைந்திருந்த பொழுதில் நுழைந்து சீராக நடக்கத் துவங்கியவன் சிவப்பு நிறக் காட்டன் சட்டையும், காக்கி கலர் பேண்ட்டும் அணிந்திருந்தான். கண்களைச் சற்றுப் பெரிய கறுப்பு நிறக் குளிர்கண்ணாடியால் மறைத்திருந்தான். தலையிலிருந்த தொப்பியை நெற்றி வரை இழுத்துவிட்டிருந்தான். ஓர் அடுக்கு மாடிக் குடியிருப்பின் மூன்றாவது தளத்தில் ஓரத்திலிருந்த குடியிருப்பின் கதவுகளை ஓர்மையாகத் தட்டிவிட்டுச் சற்றுப் பின்புறமாக நகர்ந்து நின்றுகொண்டான். தூக்கக் கலக்கத்திலும் முன்னெச்சரிக்கையாக 'யாரது...யாரது...' என்று கேட்டவாறே கதவில் காதை வைத்து வெளிப்புறத்தின் ஓசைகளைக் கணக்கிட்டான். பிறகு கதவின் சிறிய இடைவெளியில் பார்க்க முயன்றான். ஓர் உருவம் அசைவற்று நின்றுகொண்டிருந்தது. 'உனது பழைய நண்பன்' என்றான் கதவைத் தட்டியவன். சற்று நேரத்திற்குப் பிறகு கதவைத் திறந்தவன், கண்களைச் சுருக்கியபடி 'நீங்கள் யார்' எனக் கேட்டு நின்றிருந்தான். நொடிப்பொழுதில் பேண்ட்டின் பின்புறத்திலிருந்து எடுத்த நவீன சிறிய ரகத் துப்பாக்கியில் நீண்டிருந்த அந்தக் குழாய்ப் பகுதியை அவனது நெற்றியை நோக்கி நிறுத்தி, விசையை அழுத்தினான். இரண்டு முறை அடுத்தடுத்து... சிறிய 'டப்.. டப்' என்ற ஒலி மட்டுமே கேட்டது. துப்பாக்கியை இயக்குவதில் அதீதப்பயிற்சியும் நேர்த்தியும் கொண்டவனைப் போலிருந்தன அவனது பிசிறற்ற அசைவுகள். சிதைந்த அந்தத் தலையிலிருந்து வெளியேறிய உடற்துகள்களும் இரத்தமும் அந்த அறை முழுவதுமாகச் சிதறிக் கிடந்தன. பரவிக் கிடந்த இரத்தத்தில் தனது பூட்ஸ் காலடிகள் படாதவாறு அறைக்குள் நுழைந்து இறந்தவனது கைப்பேசியை எடுத்து அணைத்து தனது பேண்ட் பாக்கெட்டில் போட்டுக்கொண்டான். அவனது சட்டையில் அடர்த்தியான சிவப்பில் சில பெரிய புள்ளிகள் தெறித்துக் கிடந்தன. அவை அந்தச் சட்டைக்குச் சற்றுக் கூடுதலான வடிவ நேர்த்தியைக் கொடுத்திருப்பதைப் போல நினைத்துக்கொண்டு சிரித்த படியே பதட்டமில்லாமல் மாடிப்படிகளில் இறங்கினான். மெதுவான நடைகளுடன் அவன் அந்த வீதியைக் கடந்த போது அந்தக் கட்டடத்திலிருந்து பெண்ணொருத்தியின் நீண்ட பெருங்குரல்

அலைஅலையாக வந்து கொண்டிருந்தது. மேலும் சிலர் அந்தக் கட்டடத்தை நோக்கி அதிர்ச்சி கலந்த முகத்துடன் ஓடவும் துவங்கியிருந்தனர்.

3

அஸ்ஸாம் - கவுகாத்தியிலிருந்து வரும் விரைவு வண்டி புதுதில்லியை அடைந்தபோது நடுநிசியின் அடர்ந்த குளிரில் தலைநகரம் உறைந்துபோயிருந்தது. கிட்டத்தட்ட ஆறுமணி நேரத்திற்கும் மேலான தாமதத்திற்குப் பிறகு கடும்குளிரின் புகைமூட்டத்திற்கிடையில் ஒருவாறாக அசைந்து புது தில்லி வந்து சேர்ந்திருந்தன அந்த ரயில் பெட்டிகள். புது தில்லியில் திசம்பர் மாதத்தின் நடு இரவுகளில் விழுந்துகொண்டிருக்கும் பனிப்பொழிவு சில நேரங்களில் உறைநிலைப் புள்ளியைக் கடந்து மைனசிற்குள் சென்றுவிடும். செகல்லா அவளது வயதை ஒத்த இரண்டு பெண் நண்பர்களான சாபுரோ மற்றும் மிதுனா ஆகியோருடன் புது தில்லிக்கு முதல்முறையாக வந்திருக்கிறாள். அவளது கால்களில் சொற்ப விலையிலான மலிவான காலணிக்குள் நைந்த காலுறைகளின் வழியே குளிரின் ஈரம் கசிந்தபடியிருந்தது அவளைத் துன்புறுத்தியது. இதனினும் அதிகமான குளிரை அவளது நிலத்தில் அனுபவித்திருந்தாலும் பயணக் களைப்பும், நடுநிசியில் படர்ந்திருக்கும் இந்தக் கொடூரமான குளிரும் அவளைக் கொஞ்சம் அதிகமாக வதைத்தன. தனது குளிரங்காடியை இழுத்துக் கட்டிக்கொண்டாள். அது கனத்த சாக்குப் பையைப் போல் அவளது உடலில் சுற்றிக் கிடந்தது. அவளது கண்கள் மட்டும் இமைச்சுருக்கத்திற்கு மத்தியில் சிறிது தெரிந்தவாறு இருந்தன. இரயில் நிலையம் முழுவதுமாக நித்திரையில் ஆழ்ந்திருந்தது. பனிப் புகையினிடையே விளக்குகளின் ஒளிகள் சற்று மங்கலாகப் பிரகாசித்துக்கொண்டிருந்தன. மக்கள் எதையேனும் சுற்றிக்கொண்டு இரயில் நிலையத்தின் சுவர்களோடு ஒட்டிக்கொண்டு கிடந்தனர். அதிகாலை வரை அங்கு காத்திருப்பதைத் தவிர வேறுவழியில்லை என்பதை அவர்களுக்குள் பேசி முடித்து, இரண்டு பேர் அமர்வதற்கான இருக்கையில் மூவருமாக நெருக்கிக் கொண்டு உட்கார்ந்து ஒருவருக்கொருவர் தங்களது கைகளைப் பற்றிக்கொண்டு

வெம்மைகளைப் பகிர்ந்தவாறே கண்ணயரத் துவங்கினர். நீண்ட பயணத்தில் ஏற்படும் ஒரு தீவிர களைப்பின் வடிவம் அவர்களுக்குள்ளாகப் படிந்திருந்தது.

செகல்லா தில்லியிலிருந்த தன் நண்பன் மீருட்'டை அலைபேசியில் அழைத்துப் பார்த்தாள், அது அணைத்து வைக்கப்பட்டிருந்தது. 'வந்து சேர்ந்துவிட்டோம், காலையில் வந்து அழைத்துச் செல்லவும்' என்பதாக ஒரு குறுஞ்செய்தியை மட்டும் அனுப்பிவிட்டுக் கண்ணயர்ந்தாள். கடைசியாக சில்லாங்கின் மருத்துவமனையில் அப்படியே விட்டுவிட்டு வந்த தனது அம்மாவின் ஒடிந்த முகம் அவளது ஞாபகத்தின் திரையில் பெரிதாக விரிந்து புகைபோலப் படரத்துவங்கியதும் அவளது விழிகளின் ஓரங்களில் நீர்த்துளிகள் கசிந்திருந்தன.

செகல்லா நல்ல நிறம், உதடுகள் சற்று தடித்துக் கிடந்தன. பெரிய வெள்ளைக் கண்கள், உயரம் குறைவான உடலில் கொஞ்சம் மெலிதாகப் பூசியபடியிருக்கும் தேகம் கொண்டிருந்தாள். வடகிழக்கு கிராமப்பகுதிப் பெண்களிடம் தெரியும் தூங்கிவழிந்த தன்மையும், இதழை ஒத்த மென்மையும் கலந்த முகபாவனைகள் அவளிடமும் இருந்தன. செம்பழுப்பு நிறத்தில் வழிந்துகிடந்தது அவளது சிக்கலற்ற கூந்தல். பள்ளிப் படிப்பை முடித்திருந்தாள். அவளது அண்ணன் குரேஸ்ஸீனின் உயிர் நண்பனான மீருட தில்லியில் வேலை வாங்கித் தருவதாக அழைத்திருந்தான். அவனைச் சந்திப்பதற்காகச் சில்லாங்கின் உட்புற கிராமத்திலிருந்து தில்லிக்கு, நீண்ட ஒரு நம்பிக்கையைச் சுமந்தபடி வந்திருக்கிறாள்.

செகல்லாவின் அண்ணன் குரேஸ்ஸீன் அஸ்ஸாம் விடுதலை இயக்கப் போராட்டக் குழுவில் நீண்ட நாள்களாக நம்பிக்கையோடு இருந்தவன். கடைசியாக, மூன்றாண்டுகளுக்கு முன்பாக, அடர்ந்த வனப்பகுதியில் மத்திய அரசின் பாதுகாப்புப் படையினரோடு நடந்த நேருக்கு நேரான துப்பாக்கிச் சூட்டில் இறந்துபோயிருந்தான். அவனது நண்பனான மீருட் அதற்குச் சில மாதங்களுக்கு முன்பாகவே விடுதலை இயக்கக் குழுவிலிருந்து வெளியேறி இரகசியமாக தில்லியில் தஞ்சம் அடைந்திருந்தான். துப்பாக்கி ரவைகளால் துளைக்கப்பட்டுக் கிடந்த குரேஸ்ஸீனி'ன் உடலை ஒரு வாரமாகப் பதப்படுத்தி வைத்திருந்த இராணுவ மருத்துவமனையிலிருந்து, அரசு சார்ந்த

எல்லாவிதமான சட்ட வரைவுகளையும் முடித்து ஒரு வழியாகக் கொண்டு வந்து அவனது வீட்டின் முன்பாக வைத்திருந்தனர் அந்தக் கிராம அலுவலர்கள். அவனது தலையருகே அம்மாவும், செகல்லாவும் அமர்ந்து அழுதபடியிருந்தனர். அந்தக் கிராமத்தைச் சார்ந்த நான்கு பேர் அந்தத் தாக்குதலில் மொத்தமாக மரணமடைந்திருந்தனர். அந்தக் கிராமம் முழுவதுமாகப் பெரும் அழுகையின் குரலும், பரிதவிப்புகளும் பரவி நீண்ட மரங்களில் வழிந்துகொண்டிருந்தன.

அவர்கள், துயரத்தில் கேவியபடியிருந்த போதுதான் இளைஞன் ஒருவன் செகெல்லாவிடம், தன்னைச் சயீப் என மெலிதான குரலில் அறிமுகப்படுத்திக் கொண்டு சிறியவகை கைப்பேசியை இரகசியமாக அவளிடம் நீட்டினான். மீருட்டின் குரலை நீண்ட நாள்களுக்குப் பிறகாக அப்பொழுதுதான் கேட்டாள். எதுவும் பேசாமல் தொடர்ச்சியாக அழுதபடியேயிருந்த அந்தக் குரலை உடனடியாக அவளால் அடையாளம் காணமுடியவில்லை. சற்று நிதானமாகக் கேட்ட போதுதான் அக்குரலுக்கான முகத்தை நெருக்கமாக அவளால் உணரமுடிந்தது. அவன் இத்தனை நாள்களாக எங்கிருந்தான் என்பதே அங்கு யாருக்கும் தெரியவில்லை. அவன் உயிரோடு இருக்கிறான் என்பதைக் கூட அந்தக் குரலிலிருந்துதான் அவள் அறிந்துகொண்டாள். 'தான் வெளியேறிய போதே குரேஸ்ஸீனையும் இயக்கத்திலிருந்து வெளியேறி வந்து விடுமாறு கெஞ்சிக் கேட்டதாகவும், அவன் கடைசி வரை அதற்கு ஒப்புக்கொள்ளவில்லை' என்றும் அவளது அண்ணனுடன் விடுதலைக் குழுவிலிருந்த தனது கடைசி நினைவுகளைப் பகிர்ந்துகொண்டான். செகல்லாவிற்கு ஆறுதல் சொல்லி அவளது அம்மாவைக் கவனமாகப் பார்த்துக்கொள்ளும் படியும் சொன்னான். மேலும் சிறிய குரலில் அவளையும் அங்கிருக்க வேண்டாமென்றும், டெல்லிக்கு வந்துவிடுமாறும், தான் ஏதேனும் வேலை வாங்கித் தருவதாகவும் சொன்னான்.

அண்ணன் இறந்த பிறகு, அவனது ஏக்கத்தில் அம்மா உடல் மெலிந்து வந்துகொண்டிருந்தாள். எப்போதாவது இரவுகளில் மாறுவேடத்தில் வந்து அண்ணன் மெலிதாகக் கதவைத் தட்டும் போது - அவற்றில் ஒரு சீரான இடைவெளியின் தன்மையிருக்கும் - எப்பவும் அம்மாதான் எழுந்து கதவைத் திறப்பாள். நான் பயந்தபடி சாக்குப் போர்வைகளைச்

சுற்றிக்கொண்டு எண்ணெய் விளக்கின் சிறிய வெளிச்சத்தில் குறுகியபடி நிற்பேன். சில நிமிடங்களில் எங்களைப் பார்த்துப் பேசி நலம் விசாரித்து முடித்து எங்களை இறுக்கமாக அணைத்துவிட்டுத் திரும்பும் போது அம்மா, மீதமாகியிருக்கும் சோற்றுப் பருக்கைகள் மிதக்கும் கஞ்சியை அவனுக்கு ஊட்டிவிடுவாள். அவன் இயக்கத்திலிருப்பது அவளுக்குப் பிடித்துத்தான் இருந்தது. அப்பாவும் இப்படித்தான் அங்கிருந்த ஓர் இயக்கத்தில் வளர்ந்து வந்தவர். நான் அவரை நன்றாகக் கூடப் பார்த்ததில்லை. நான் பிறந்த சில ஆண்டுகளுக்குள்ளாகவே அவர் துப்பாக்கிச் சூட்டில் இறந்து போயிருந்தார். அவரது உடல் மூட்டையில் கட்டியபடி எங்களது வாசலுக்கு வந்திருந்ததாக அம்மா என்னிடம் சொல்லி அழுதிருக்கிறாள். ஓரங்களில் இரத்தம் கசிந்து சொட்டியபடியிருந்த அந்த மூட்டையைப் பிரித்து, அண்ணன்தான் அப்பாவின் முகத்தைத் தூக்கிக் காண்பித்தானாம். அவளும் சிறு வயதில் விடுதலை இயக்கத்தில் சேர்வதற்குப் பெரிதும் விரும்பினாளாம், ஆனால், அப்பாவுடனான சிறு வயதின் காதலால் அது முடியாமல் போனதாம். விடுதலை இயக்கத்தில் பங்கு பெறுவதை அவள் பெரும் துணிச்சலாகவே விரும்பினாள். ஆனால் அப்பாவும், அண்ணனும் உயிரற்ற உடல்களாகச் சிதைந்து ஒரு நாள் வாசல் சேர்ந்திட்ட போது அவளது உட்புறத்தில் படிந்து கிடந்த தைரியங்கள் முழுவதும் கரைந்து அவளது சித்தம் அடுத்தடுத்துக் கலங்கிப் போயிருந்தது.

'இப்போதெல்லாம் அந்தக் கதவு தட்டும் ஒலிகளை ஏன் தனது காதுகளால் கேட்க முடிவதில்லை' என்பதாக அம்மா தினந்தோறும் என்னிடம் அழுதபடியிருந்தாள். உயரமான மரங்களில் பரவிக்கிடக்கும் பச்சையிலைகளை வெறித்துப் பார்த்த படியே வீட்டின் திண்ணையில் நாள் முழுவதுமாக அமர்ந்திருப்பாள். சாப்பாடும், தூக்கமும் மிகக் குறைந்து போயிருந்தது. நான் அந்தக் கிராமத்தில் சிறிய விவசாயப் பண்ணை வேலைக்கெனச் சென்று திரும்பிக்கொண்டிருந்தேன். கிடைக்கும் சொற்ப வருமானத்தில் நானும் அம்மாவும் வசித்து வந்தோம். தில்லிக்குச் செல்வது குறித்து அப்போது எந்த முடிவையும் நான் எடுக்கவில்லை. மேலும் மீருட்'டிடம் இருந்து அதற்குப் பிறகு எந்தவிதத் தகவல்களும் வரவுமில்லை. மனதின்

ஓர் ஓரத்தில் அவன் உயிரோடு இருப்பதன் மகிழ்ச்சியை நான் சேகரித்து வைத்தேன்.

4

மீருட் செகல்லாவிற்கு அதிகாலையே ஃபோன் செய்தான், இரயில்வே நிலையத்திலிருந்து வாசல் எண் ஆறு வழியாக வெளியேறினால் மாநகரப் பேருந்துக்கான நிறுத்தத்தை அடைந்துவிடலாமென்றும், அங்கு பேருந்து எண் 604இல் ஏறி முனிர்கா எனும் நிறுத்தத்தில் இறங்கவும் அறிவுறுத்தினான். அங்கிருந்து அவன் அழைத்துக்கொள்வதாகவும் வெளியில் நிலைமைகள் கொஞ்சம் சரியில்லையென்றும் சொன்னான். செகல்லா தனது தோழிகளுடன் பேருந்து நிறுத்தத்தை நோக்கி நகரத் துவங்கினாள். காலைப் பனியில் அவர்களின் கைகள் இறுகி நடுங்கிக்கொண்டிருந்தன. பனிப் புகையில் அருகிலிருப்பவர்களின், எதிரே வருபவர்களின் முகங்களும் அசைவுகளும் துளியும் தெரியவில்லை. புதிய இடத்தில் தோன்றும் நிச்சயமற்ற தொனிகள் அவர்களின் அசைவுகளில் நிறைந்திருந்தன. அது மீருட்'டைச் சந்திக்கும் நொடி வரை நீடிக்கலாம்.

முனிர்கா'வில் நெருக்கமான குடியிருப்புப் பகுதியின் குறுகலான சந்துகளுக்கிடையில், உடல் முழுவதும் சாக்கு போலான கம்பளியைச் சுற்றிக்கொண்டு முன்னே சென்றவனைச் செகல்லாவும் தோழிகளும் பின்தொடர்ந்தனர். குளிர் காய்வதற்காக, மரக்கரித் துண்டுகள் எரிந்துகொண்டிருக்கும் தகர டப்பாக்களின் கணல்களைச் சுற்றி நிறைய குழுவினர் ஆங்காங்கே அமர்ந்திருந்தனர். மூன்று பேர்களுக்குள்ளாகத் தங்களது தாய்மொழியிலான சிறுசிறு வார்த்தைகள் பகிர்ந்துகொள்ளப்பட்டு சிறிய சிரிப்பொலிகள் அந்த நடையினூடாக நிறைந்திருந்தன. அவர்களது அசைவுகள் கடைசியாக வீட்டையும் ஒரு நிம்மதியையும் வேண்டியபடியிருந்தன.

தில்லியின் தெற்கு நகர் பகுதியான முனிர்கா நிறைய மலையாளிகளாலும், தமிழர்களாலும், வடகிழக்கு மாநிலங்களின் பெரும்பான்மையான மக்களாலும் நிறைந்து கிடந்தது. முழுவதும் சிறுசிறு குடியிருப்புகளை - ஓரறை மற்றும் இரண்டறைகள்

கொண்ட வசிப்பிடங்களை உள்ளடக்கிய அதிகமான அடுக்குமாடிக் குடியிருப்புகளும், கடைகளும், கருங்கல் பதித்த குறுகலான தெருக்களுமாகப் பிண்ணிக் கிடந்த நெருக்கடியான பகுதியாக அது இருந்தது. அடர்த்தியான மக்கள் கூட்டமும், வியாபரக் கூடங்களும், வாகனங்களின் இடைவிடாத இரைச்சலுமாக எப்போதுமான பரபரப்பின் தன்மையில் அது தினந்தோறும் திணறிக்கொண்டிருந்தது. தமிழக, மலையாளிகளின் உணவு விடுதிகளும், பலசரக்குக் கடைகளும் அந்தப் பகுதியில் பல்கிப் பெருகியிருந்தன.

மூன்றாவது மாடியில், இரண்டு அறைகள் கொண்ட சிறிய குடியிருப்பிற்குள் அவர்கள் நுழைந்த போது மீருட் சத்தமில்லாமல் சிரித்தபடியே அவர்களை வரவேற்றான், சிரமத்திற்கு வருந்துமாறு கூறினான். அவர்கள் மூவரும் அவனை நம்பமுடியாமல் பார்த்தனர். - மூவருக்கும் அவனுடனான அறிமுகம் முன்பே இருந்தது - உடல் மெலிந்து, கறுத்து தனது அடையாளத்தை முழுவதுமாக மாற்றியிருந்தான். அவன் ஒரு பாதுகாப்பு நிறுவனத்தின் காவலாளியின் சீருடையிலிருந்தான். செகல்லா அவனது கண்களைக் கொண்டு அவனை அடையாளம் கண்டாள், அது எந்த மாற்றமுமில்லாமல் திரட்சியாக உருண்டுகிடந்தன. ஏனோ அவளுக்கு அழுகை அடைத்துக்கொண்டு வந்தது. அவனைக் கட்டிப்பிடித்து அழத் துவங்கினாள். மற்றவர்கள் அவர்களைத் தனிமையில் விட்டுவிட்டு அடுத்த அறைக்குள் புகுந்துகொண்டனர். மீருட் அவளைத் தேற்றினான்.

“ஏன் குழந்தை போல அழுகிறாய்” என மெலிந்த குரலில் கேட்டான்.

“நான் உன்னைத் திரும்பப் பார்ப்பேன் என்று கனவிலும் நினைக்கவில்லை” என்று அழுதபடியே சொன்னாள்.

“சில விசயங்களை நீ நம்புவதற்கு முன்பாக, உனது சிறிய இதயத்திடம் ஒரு முறை கேட்டுக்கொள்” சிரித்தபடியே சொன்னான். அவள், அவனை இறுக்கமாகக் கட்டிக்கொண்டாள். அவர்கள் மூவரும் - செகல்லா, குரேஸ்ஸீன், மீருட் - தங்களின் நிலப் பரப்பில் ஒன்றாக அலைந்து திரிந்த பள்ளி நாள்களில் மீருட் அவளிடம் அடிக்கடி சொல்லும் வார்த்தைகளே அவை.

5

உடலும் மனதும் முற்றிலுமாக நிலைகுலைந்து போயிருந்த தனது அம்மாவை அழைத்துக்கொண்டு சில்லாங்கின் அரசு பொது மருத்துவமனைக்குச் செகல்லா சென்றபோது கூட்டம் அலைமோதிக் கிடந்தது. நிறைய்ய மருத்துவப் பரிசோதனைகளுக்கு எழுதிக் கொடுத்தனர். அந்தக் கூட்டத்தில் எதுவும் தெரியாதவாறு முழித்துக்கொண்டிருந்த போது - அவளை, அவளது கிராமத்திலிருந்து பின்தொடர்ந்து வந்த இளைஞனான பார்சின், தன்னை விடுதலை இயக்கக் குழுவின் ஆளென்று மெலிதான குரலில் அறிமுகப்படுத்திக்கொண்டான். மருத்துவமனையில் அவனுக்கு எல்லாவிதங்களிலும் உதவி செய்தான். காசு கொடுக்க வேண்டிய இடங்களில் அவனே ரூபாய் தாள்களை நீட்டினான். மருத்துவர்களைச் சந்திப்பதற்கான நெடும் வரிசைகளை மிக எளிதாகக் கடந்து செல்லச் செய்தான். அடுத்தடுத்த இடங்களில் செய்ய வேண்டிய பரிசோதனைகளை மருத்துவமனை ஊழியர்களின் உதவியோடு மிக எளிதாக முடித்துக்கொடுத்தான். அவளது அம்மா பூஞ்சை படிந்த கண்களுடன் மருத்துவமனையை வெறித்தபடியே உருளும் சக்கர நாற்காலியில் அவர்களுடன் அசைவின்றி வந்துகொண்டிருந்தாள். சக்கர நாற்காலியின் ஒரு முனையிலிருந்து எழும் உபரிச் சத்தம் அவர்களோடு பயணித்துக் கொண்டிருந்தது.

கடைசியாகப் பார்த்த மருத்துவர் அவளது அம்மாவை உள்நோயாளியாகச் சேர்க்கும் படி அறிவுறுத்தினார். பரிசோதனைகளின் முடிவுகளில் சில, நாளை அல்லது நாளை மறுநாள் கிடைக்கும் என்பதாகவும், அவள் தொடர்ந்து மருத்துவச் கண்காணிப்பில் இருக்க வேண்டும் எனவும் சொன்னார். அவள் அந்த இளைஞன் பார்சினி'டம் ஒரு முறை கேட்டுவிட்டு, அங்கு தனது அம்மாவை உள்நோயாளியாகச் சேர்த்தாள். அவளிடம் செலவிற்கென கொஞ்சம் ரூபாய் தாள்களைக் கொடுத்துவிட்டு இளைஞன் பார்சின் இரவுக்கு முன்பாகக் கிளம்பிவிட்டான்.

மூளையில் இரசாயனத் திரவங்களின் அளவுகளில் ஏற்பட்டிருக்கும் சமச்சீரற்ற தன்மையும், சில மெல்லிய நரம்புகளில் ஏற்பட்டிருக்கும் சிறுசிறு அடைப்புகளும் ஒரு சில ஞாபகத்தின் வலிகளும் அவளது உள்ளத்தை மிக மிகத் தீவிரமாகத்

துன்புறுத்திக் கொண்டிருப்பதாகவும், அதனால் உடல் நலனில் ஆழமான தொய்வுகள் ஏற்பட்டுக்கொண்டிருப்பதாகவும் மூன்று நாள்களுக்குப் பிறகான மருத்துவர்கள் சந்திப்பு நேரத்தில் மூத்த மருத்துவர் செகல்லாவிடம் சொன்னார். அவளது அம்மாவின் வயதின் மூப்பு காரணமாகச் சில பலகீனங்கள் இயற்கையாகவே வந்திருப்பதாகவும், சில வாரங்களுக்கான மருந்துகள் எழுதித் தருவதாகவும் அவளை வீட்டில் வைத்தே கவனமாகப் பார்த்துக் கொள்ளுமாறும் சில மருத்துவர்கள் சேர்ந்து சொல்லி அவளையும், அவளது அம்மாவையும் அனுப்பி வைத்தனர். மூன்று நாள்களாக இருந்த மருத்துவமனையின் நெடியிலிருந்து வெளியேறி தங்களது கிராமத்தை அடைந்தபோது ஆசுவாசத்தின் மூச்சை இருவரும் நன்றாக இழுத்து அனுபவித்தனர்.

சில நாள்களின் இரவில், அம்மா கதவைத் திறந்து வெறுமையை வரவேற்றுக்கொண்டிருந்தாள். சில பெரிய வண்டுகளின் தொடர்ச்சியான ரீங்காரத்தில் கனத்து அப்பிக் கிடக்கும் இருளிலிருந்து சில முறைகள் அப்பாவையும், சில முறைகள் அண்ணனையும் அரூபமாக அழைத்து வந்து அமரவைத்து, குவளையில் நீரெடுத்து யாருமற்ற வெளியில் நீர்த் திவலைகளை ஊற்றிக்கொண்டிருந்தாள். நான் முதலில் சில முறைகளில் பயந்து ஒடுங்கிப் போயிருந்தேன், பிறகு எனக்கும் அது பழககமாகிவிட்டது. ஒவ்வொரு முறையும் அவளை இழுத்து வந்து படுக்கவைக்க முடியாமல் திணறிப் போனேன். பிறகு, நானும் ‘வாங்கப்பா’, ‘வாங்கண்ணா’ என்று சொல்லி அவளது அருவத்திற்கு உயிரேற்றி அவளைப் பழக்கி, அந்தத் தருணத்தோடு ஒன்றிணைந்து நடித்து அவளைக் கொஞ்சம் மனதளவில் இலகுவாக்குவேன். ஆனாலும் எண்ணெய் விளக்கின் சிறிய ஒளியில், கதவுகளில் நிலைகுத்திக் கிடக்கும் அவளது கண்களைப் பார்க்கும் போது உள்ளுக்குள் பயம் மேலெழுந்து எனது உடலெங்கும் ஊர்ந்து பரவி சில நிமிடங்களில் நான் வியர்த்துப் போவேன்.

6

முனிர்கா'விற்கு அருகிலிருந்த 'வசந்த் குன்ச்' பகுதியிலிருந்த பிரம்மாண்டமான வணிக வளாகத்திற்குள்ளிருந்த பிரபல பெண்கள் ஆயத்த ஆடைகள் அங்காடியில் உள்ளாடைப் பிரிவில், விற்பனைப் பிரதிநிதியாக செகல்லாவிற்கு வேலை வாங்கிக் கொடுத்திருந்தான் மீருட். முழுவதும் குளிரூட்டப்பட்ட, மிகவும் தூய்மையாகயிருந்த பணிச்சூழல் அவளுக்குப் பிடித்திருந்தது. வாரக் கடைசியான மூன்று நாட்களில் மட்டுமே மக்கள் வரத்து கொஞ்சம் அதிகமாகயிருந்தது. அவளுடன் வந்திருந்த இரண்டு தோழிகளையும், வசந்த் விகார் பகுதியிலிருந்த அலுவலகக் கட்டடம் ஒன்றின் துப்புரவுப் பணியாளர்கள் குழுவில் அடுத்தடுத்து இணைத்துவிட்டான். இவை எதற்கும் அவன் நேரடியாகச் செல்லவில்லை. எல்லாவற்றிற்கும் அவனிடம் ஆட்களிருந்தனர். சிறிய அலைபேசியில் பேசியவாறே எதோவொருயிடத்திலிருந்து எல்லாவற்றையும் முடித்து வைத்திருந்தான் மீருட். நேரு பிளேஸி'லிருந்த அலுவலகக் கட்டடங்களில் ஒன்றின் பாதுகாப்புக்கான ஏஜென்சி நிறுவனத்தில் பாதுகாப்பு இடைநிலை அதிகாரியாக வேலை செய்வதாக செகல்லாவிடம் சொன்னான். பெரும்பாலும் இரவுதான் அவனுக்கான பணி நேரமாகயிருந்தது.

மீருட், அவர்களுக்கான அறையையும் மாற்றியிருந்தான். செகல்லாவும் அவனும் மூன்று மாடிகள் கொண்ட அடுக்குமாடிக் குடியிருப்பில் ஓரமாக மூலையிலிருந்த ஓரறை கொண்ட குடியிருப்பிற்கு மாறியிருந்தனர். சாபுரோ மற்றும் மிதுனா'வை அவனுடன் தொடர்புடையவர்களோடு, வசந்த் விகார் பகுதியில் இருந்த வேறு அறையில் தங்க வைத்தான். வார விடுமுறையென்பது பெரும்பாலும் ஒன்றாக அவர்களுக்குக் கிடைக்காததால் அவர்களனைவரும் சந்தித்துக்கொள்ளும் நாளென்பது குறித்த எந்த நிச்சயமும் இல்லாமலிருந்தனர். செகல்லாவைத் தவிர மற்ற இருவரிடமும் அப்போதைய நிலையில் கைப்பேசி கூட இல்லை.

சில மாதங்களிலே செகல்லா தில்லியின் நகர்புற வாழ்விற்கு மாறியிருந்தாள். அடர் நீல நிற ஜீன்சும், வெள்ளையில் மெல்லிய நீலத்தில் சிறு கோடுகள் நிறைந்திருந்த சட்டையும், கால்களில்

நெருடலில்லாத கேன்வாஸ் சூவும் அணிந்துகொண்டு - அவளது அங்காடியின் தினசரிக்கான சீருடையது - பஞ்சுகளால் செய்யப்பட்ட புத்தம் புதிய பொம்மையைப் போல வேலைக்குச் சென்று திரும்பிக்கொண்டிருந்தாள். அவளது பேச்சிலும் அசைவுகளிலும் நகர்புறப் பெண்களின் மெலிதான தன்மைகளும், நளினமும் கூடிப்போயிருந்தன. தலைமுடியைச் சற்றுத் தளர்த்தியவாறு கட்டி முடிந்திருந்தாள். இரவு பணியில்லாத போது மீருட்டும் அவளும் இறுக்கமாகக் கட்டிப்பிடித்தபடி அறையில் கிடந்தனர். நீண்ட ஒரு நம்பிக்கையின் வழியே அவளடைந்திருந்த இந்தச் சந்தோசங்கள் ஒரு விதத்தில் அவளுக்குச் சிறிய நிம்மதியைக் கொடுத்தன. அவளது அம்மாவின் நினைவு வரும்போது தன் கழுத்தில் கட்டியிருந்த அம்மாவின் வளைந்த மோதிரத்தைக் கைகளிலெடுத்துப் பார்த்தபடி அழுதுகொண்டிருப்பாள். அம்மா குறித்த தகவல்களை வேண்டி மீருட்'டிடம் கேட்டபோது 'அவள், சில்லாங்கில் ஒரு காப்பகத்தில் நன்றாகயிருப்பதாக'ச் சொன்னான்.

பணக்காரர்கள் வந்து குவிந்து எடுத்துச் செல்லும் விலையுயர்ந்த இந்த உள்ளாடைகளை நினைத்து செகல்லாவிற்கு மனதிற்குள் ஒரு சிரிப்பும் கூடவே அதன் மீது ஒரு ஏக்கமுமிருந்தது. இதே உள்ளாடைகளை சரோஜினி நகர் மார்கெட்டில் பத்தில் ஒரு பங்கு விலைக்கே வாங்கமுடியும் என்பதான ஒரு நிலைப்பாடும் அவளிடம் இருந்தது. மேலும் தான் அணிந்திருக்கும் அந்த வகையான உள்ளாடைகளுக்கும், இங்கிருக்கும் உள்ளாடைகளுக்குமான வேறுபாட்டை உணர்ந்துகொள்வதற்கென இரகசியமாக அவைகளை அணிந்து பார்த்தபோது, அதன் மென்மைகள் குறித்தும் உடுத்தியிருக்கும் போதான அதன் கச்சிதத் தன்மை குறித்தும் தீர்க்கமான வேறுபாட்டை அவள் உணரத் துவங்கியிருந்தாள். அது அவளுக்குள் தீர்ந்திடாத ஓர் ஏக்கத்தை உருவாக்கியது.

7

தோட்ட வேலைக்குச் சென்று திரும்பும்போது, வழியில் - யாருமில்லாப் பகுதியில், அவளை நிழலைப் போல ஒட்டிக் கொண்டு வந்தவன் - அதே இளைஞன் சயீப் அவளிடம் ஒரு சிறிய கைப்பேசியை நீட்டினான். மறுமுனையில் மீருட் கலங்கியபடி பேசினான். சில துரத்தல்களால் அவளுடன் பேசமுடிந்திடாத நிலைமையைச் சொன்னான். அழுகையுடன் அவளும் பேசினாள். அம்மாவின் நிலைமை மோசமாக உள்ளதாகவும், தனியாகத் தில்லிக்கு வரமுடியாததையும் சொன்னாள். அம்மாவைக் கவனித்துக்கொள்வதற்கென அவன் வேறு வகையில் ஏற்பாடுகள் செய்து முடித்திருப்பதாகவும், பக்கத்து கிராமத்தில் அவளது வயதையொத்த இன்னும் இரண்டு பெண் பிள்ளைகள் தில்லிக்கு வருவதற்கு ஆர்வமாகயிருப்பதாகவும். கூடிய விரைவில் அனைவரையும் தில்லியில் சந்திப்பதாகவும் சொல்லி அழைப்பைத் துண்டித்தான். அந்த இரு பெண்பிள்ளைகள் குறித்தும், எப்போது, எப்படிக் கிளம்ப வேண்டுமென்ற தகவல்களையும் சயீப் அவளிடம் கொஞ்சம் சொன்னான். நிறைய நேரம் அங்கு அவனால் பேசமுடிந்திடாத சூழலிருந்தது.

அடுத்த சில நாள்களில் நோய் முற்றிய நிலைமையில் அவளது அம்மாவை, சில்லாங்கின் பொது மருத்துவமனையில் காண்பிப்பதற்காக அழைத்துச் சென்றாள். அவளை யாரும் பின் தொடரவில்லையென்பதை மீண்டும் மீண்டும் உறுதிபடுத்திக் கொண்டாள். அவளது அம்மா வெளிறிய மரக்குச்சியைப் போல மாறியிருந்தாள், பழைய சேலையொன்றைச் சுற்றிக்கொண்டு அவளது தோளில் சாய்ந்தவாறு மெதுவாக நடந்து வந்தாள். மருத்துவமனையின் வரிசையில் நீண்ட நேரம் காத்திருக்க வேண்டியதாயிற்று. சக்கர நாற்காலியில் சாய்ந்தவாறு கிடந்த அவளது அம்மா ஏதோ நினைவுகளில் மூழ்கியவள் போல கண்களை மேல்நோக்கிச் சொருகியபடி பார்த்துக்கொண்டிருந்தாள். சில பரிசோதனைகளை முடித்துத் திரும்பும் போது இளைஞன் சயீப் அவளை இடைமறித்தான். அவனை உள்வாங்கிக் கொள்வதற்கு அவளுக்குச் சில நொடிகள் ஆனது. சிறிய மாறுதல்களை உள்ளடக்கியிருந்த அவனது முகத்தைத் திரும்பத்திரும்பப் பார்த்த போதுதான் அவளால் நன்கு உணரமுடிந்தது.

"இன்றிரவு நீ கௌகாத்திக்குச் செல்ல வேண்டும், அங்கிருந்து டெல்லிக்கும்... எல்லாம் ரெடி... மீருட் உன்னை அங்கு சந்திப்பான்" அவசர அவசரமாகக் கோர்வையில்லாமல் இரகசியக் குரலில் சொன்னான் சயீப்.

"அம்மாவை யார் பார்த்துக்கொள்வது..." பயந்த குரலில் அவள் கேட்டாள்.

"இங்கயிருக்கிற முதியோர் காப்பகத்தில் நான் சேர்த்துக் கொள்கிறேன், நீ அவள் குறித்து எந்தக் கவலையும் அச்சமும் படத் தேவையில்லை" என்றவன் அவளிடம், பின்புறமாக மாட்டும் பை ஒன்றையும், சாக்கு போலான குளிரங்காடியையும், சிறிய கைப்பேசியையும், இரயிலுக்கான பயணச் சீட்டுகள் மற்றும் ரூபாய்த் தாள்களையும் ஒன்று சேர்த்துக் கொடுத்தான். மேலும் அவளைச் சிறு நடையில் அழைத்துச் சென்று மருத்துவமனையின் நுழைவாயிலிலிருக்கும் தேநீர்க் கடையருகே நின்றிருந்த அவளது வயதையொத்த இரண்டு பெண் பிள்ளைகளையும் - சாபுரோ மற்றும் மிதுனா - அறிமுகம் செய்து வைத்தான். அவர்களிருவரும் அவளது கிராமத்திற்கு அருகிலிருந்த வேறொரு கிராமத்தைச் சார்ந்தவர்கள். பள்ளிப் படிப்பை இடையில் நிறுத்தியிருந்தவர்கள். மீருட்டின் சொற்களில் நம்பி செகல்லா அந்தப் பெண்பிள்ளைகளையும் அழைத்துக்கொண்டு தில்லி செல்வதற்கு ஆயத்தமானாள். அம்மாவை நினைத்துப் பெரிதாக அழுதாள், 'அம்மாவை நினைத்துக் கவலைப்படாதே அவளை நான் பார்த்துக்கொள்கிறேன்' எனக்கூறி சயீப் அவளைச் சமாதானப்படுத்தி அனுப்பி வைத்தான். சூரியன் மறைந்து கொண்டிருந்த நேரத்தில் அவள் பேருந்தில் ஊரை விட்டுச் சென்று கொண்டிருந்தாள்.

செகல்லாவின் அம்மா, மருத்துவமனையின் அழுக்கடைந்த ஒரு சுவருக்கருகில் வெகுநேரமாகச் சக்கர நாற்காலியில் சிறுசிறு அசைவுகளுடன் அமர்ந்திருந்தாள். அவளை அழைத்துச் செல்வதற்கு யாரும் வரவில்லை. செகல்லாவின் பெயரை மட்டும் சில முறைகள் முனங்கிவிட்டு, அந்த மாலை நேரக் குளிரில் சக்கர நாற்காலியிலேயே சரிந்து கிடந்தாள். மருத்துவமனை ஊழியர்கள், அவளுக்கான உதவியாளர்கள் யாரேனும் இருக்கிறார்களா எனத் தேடிக் கத்திவிட்டு, பிறகு அவளைத் தள்ளிக்கொண்டு சென்று உள்வாசலுக்கருகில்

நிறுத்திச் சென்றனர். அந்த நேரத்துக்கான பணி மருத்துவரிடம் அவள் குறித்த தகவல்கள் பரிமாறப்பட்டன. நகரக் காவலர் ஒருவர் பிற்பாடு வந்து அவளது அங்க அடையாளங்களைக் குறிப்பெடுத்துக்கொண்டு, நன்றாக அவளை உற்றுப் பார்த்துவிட்டு மேலும் சில குறிப்புகளை எழுதிக் கொண்டு சென்றார். வயது முதிர்ந்த தாதி ஒருவள், அவளை மருத்துவமனைக்குள் அழைத்துச் சென்று படுக்க வைத்தாள்.

சில நாள்களிலேயே மருத்துவமனையிலிருந்து ஓர் இரவின் குளிரில், குச்சியைப் பிடித்தபடியான தளர்ந்த நடையுடன் அங்கிருந்து வெளியேறி அருகிலிருந்த சிறிய பேருந்து நிறுத்தத்தின் பின்புறமான சிறிய சுவருக்கருகில் சென்று படுத்துக்கொண்டாள். பனி நிறையத் துவங்கிய இரவில் அவள் நடுங்கும் உடலுடன் அந்த இடத்திலேயே சுருண்டு கிடந்தாள். அன்றிலிருந்து அதுவே அவளது இருப்பிடமாகத் தொடர்ந்தது.

8

கவிந்துகொண்டிருக்கும் இரவில், சாபுரோ, மிதுனா இருவரும் தங்களது உதடுகளில் அடர்த்தியான சாயங்களுடன், இறுக்கமான மேல் சட்டைகளும், குட்டைப் பாவாடைகளுமாகச் சிறிய காரொன்றில் ஏறி, காரின் பின்னிருக்கையில் ஏற்கெனவேயிருந்த இரண்டு நபர்களுக்கிடையில் நெருக்கமாக உட்கார்ந்துகொண்டனர். அந்தக் குறுகிய இடத்தின் நெருக்கங்களில் லாவகமாக உட்கார்ந்து கொண்ட அவர்களின் அசைவுகளில், இவைகளுக்கு நன்கு பழக்கப்பட்டிருந்த ஒரு தொனி மேலோங்கியிருந்தது. முன்சீட்டில் உட்கார்ந்திருந்தவன் பின்புறமாகத் திரும்பி மிதுனா'வின் திரண்ட தொடையைத் தடவிக்கொண்டிருந்தான். பின்புறத்திலிருந்த ஆண்களும் அந்தப் பெண்பிள்ளைகளின் மார்பகங்களை வருடிக்கொண்டிருந்தார்கள். மீருட், சாபுரோவை'க் கைப்பேசியில் அழைத்தபோது 'வாடிக்கையாளர்களோடு போய்க்கொண்டிருக்கிறோம்' என்பதாகப் பதில் சொல்லி அழைப்பைத் துண்டித்தாள். ஓட்டுநருக்கு உடனடியாக ஒரு அழைப்பு வந்தது, அவன் சுருக்கமாகப் 'போய்க்கொண்டிருக்கிறோம்' என்று மட்டும் சொல்லி முடித்தான்.

நீண்ட நாள்களுக்குப் பிறகு, செகல்லா, தான் அழைத்து வந்திருந்த சாபுரோ மற்றும் மிதுனா'வைத் தற்செயலாகப் பார்க்க நேர்ந்த போது அடையாளம் தெரியாமல் கண்களை அகலவிரித்து முழித்தபடியிருந்தாள். உடையிலும், பாவனைகளிலும், நடத்தைகளிலும் அவர்களிடம் வந்திருந்த அதீத மாற்றங்களைக் கவனித்தபோது அவளுக்குப் பேரதிர்ச்சியாக இருந்தது. முகத்தில் படர்ந்திருந்த அதிகமான பவுடர்களுக்கும், உடலை இறுக்கிப் பிடித்த நவீன ஆடைகளுக்கும், கைகளிலிருந்த புதிய ரக கைப்பேசிகளுக்கும் இடையில் மெலிதாக அந்த இருவருக்குள்ளும் படிந்து கிடந்த ஒரு சோகத்தின் ரேகையை செகல்லா எளிதாகக் கண்டுபிடித்திருந்தாள். செகல்லாவின் கைகளைப் பற்றிக்கொண்டு அவர்கள் மெலிதாக அழத்துவங்கியவுடன் செகல்லா அவர்களை அணைத்துக்கொண்டாள்.

மீருட் தங்களை இழிவான இந்தத் தொழிலில் தள்ளியதாகவும், அவன் நல்லவனல்ல என்றும் திரும்பத் திரும்பச் சொன்னார்கள். முதலில் கொஞ்ச நாள்கள் துப்புரவுப் பணியில் இருந்ததாகவும், பிறகு அவனது நண்பர்கள் பணத்தாசையை அவர்களிடம் தூண்டிவிட்டுப் பார்த்தார்கள் என்றும் அதற்கும் அடுத்தபடியாக அவர்களே இந்தத் தொழிலில் வற்புறுத்தி ஈடுபட வைத்ததாகவும் அழுதபடி சொன்னார்கள். அவர்கள் ஒவ்வொன்றாகச் சொன்னபோது செகல்லா அதிர்ச்சியிலும் பயத்திலுமாகக் குறுகிக்கொண்டிருந்தாள். இந்தத் தவறுகளில் தனது பெரிய பங்கும் சேர்ந்திருப்பது குறித்து மிகவும் அச்சமும், அருவருப்புமடைந்தாள். இங்கிருந்து மீருட்'டின் அனுமதி பெறாமலும் அவனுக்குத் தெரியாமலும் அவர்களால் ஒருபோதும் தங்களது சொந்தக் கிராமத்திற்குச் செல்லமுடியாதவாறு அவன் நிலைகளை ஏற்படுத்தி வைத்திருப்பதாகவும். அவனின் பேச்சைக் கேட்காமல் ஏதேனும் முயன்று பார்த்தால் அவர்களது கழுத்துப் பகுதிகள் துண்டாகி விடுமென்றும் பயமுறுத்தி வைத்திருப்பதாகவும் சொன்னார்கள். அவன் சொல்லுவதைக் கேட்டுச் செய்வதைத் தவிர தங்களுக்கு வேறு வழியில்லை என்றும், மேலும் செகல்லாவையும் இன்னும் சில நாள்களுக்குப் பிறகு இந்தத் தொழிலில் ஈடுபடவைப்பதான அவனது திட்டத்தையும் அவர்கள் பரிதாபமான குரலில் சொன்னார்கள். மீருட்

தனியாள் இல்லையென்றும் அவனுக்கு நிறைய ஆட்களின் தொடர்புகளும், பெரிய திட்டங்களும் இருப்பதாகவும் சொல்லி அழுதார்கள். இது எதையும் செகல்லாவிடம் சொல்லக்கூடாது எனச் சொல்லியிருந்ததாகவும், அதனால்தான் இரண்டு முறை அவனது அலைபேசியிலிருந்து அவர்கள் பேசும் போது எதையும் சொல்லவில்லை என்றும், இன்னும் சில வாரங்களில் வேறு நகரத்திற்குத் தங்களைக் கை மாற்றிவிடும் வியாபார முயற்சியில் அவனிருப்பதாகவும் அவர்கள் சொன்னார்கள். செகல்லாவிற்குத் தலை சுற்றிக்கொண்டு வந்தது. தன்னால் அந்தப் பெண் பிள்ளைகள் அடைந்திருக்கும் துன்பங்களை நினைத்து வருத்தமாக வந்தது. மீருட்'டின் இந்த முகம் அவளைப் பேரச்சத்தில் உறைந்து போகச் செய்திருந்தது. 'செகல்லா நீங்கள் பாதுகாப்பாக இருங்கள், எதிலும் அவசரப் படாதீர்கள், மீருட்'டை விட்டு விலகுவதைத் தெளிவாகத் திட்டமிட்டு மெதுவாகச் செயல்படுத்துங்கள், தயவு செய்து எங்களைக் காட்டிக் கொடுத்துவிடாதீர்கள். நாங்கள் இதற்குப் பழகிவிட்டோம். நீங்கள் உங்களைக் காப்பாற்றிக்கொள்ளுங்கள்' என்றபடி அவர்களின் கைப்பேசி எண்கள் எழுதிய சிறிய சீட்டை செகல்லாவின் கைகளுக்குள் நுழைத்துவிட்டு அவசர அவசரமாக நடையில் வேகமெடுத்தனர் இருவரும்.

செகல்லா தனது நீண்ட நம்பிக்கையின் வடிவம் உடைந்து சிதைந்து போயிருப்பதைத் தீவிர மனநிலையில் உணர்ந்தாள். திடீரென அம்மாவின் நினைப்பு வந்தபோது, அவளது தொண்டை அடைத்துக்கொண்டு பெரும் அழுகை வந்தது. அவளது கழுத்தில் தொங்கியிருந்த வளைந்த மோதிரத்தைக் கையில் வைத்துப் பார்த்தவாறே அழத்தொடங்கியிருந்தாள். அது தீர்ந்திடாத ஒரு துயரத்தின் திரவமென நிலத்தில் விழுந்து சிதறிக்கொண்டிருந்தன. அவளை விட்டுவிட்டு வந்த தனது சுயநலமான எண்ணத்திற்குக் கடவுள் கொடுத்திருக்கும் பதிலடி என்று நினைத்துக்கொண்டு தன்னையே அருவருப்பாக உணரத் துவங்கினாள். தனது தாயிடமும், கடவுளிடமும் எல்லையற்ற மன்னிப்புக்கான ஒரு பிரார்த்தனையை இடைவிடாது மனதிற்குள் சொல்லிக்கொண்டேயிருந்தாள்.

என்ன செய்வதென முடிவு செய்ய முடியாமல், அறைக்குச் செல்வது மட்டுமே இப்போதைக்குத் தன்னால் முடியுமென்பதாக நினைத்துக் கொண்டு அறைக்குத் திரும்பினாள். அறையில் மீருட்

இல்லை. வழக்கமாக அநேக இரவுகளில் அவன் அறையில் இருப்பதில்லை. இந்த ஆறு மாதக் காலத்தில் சரியாக மாதத்திற்கு இரண்டு அல்லது மூன்று முறை மட்டுமே அவளோடு இரவுகளில் தங்கியிருக்கிறான். அப்போது சில இரவுகளில் அவளை முரட்டுத்தனமாகப் புணர்ந்து அடங்கியிருக்கிறான். அவனது செயல்களில், நடவடிக்கைகளில் இதுவரை எந்தவிதமான சந்தேகத்தையும் அவள் பார்த்ததில்லை. ஒருவேளை அவன் மீதான தனது காதல் சார்ந்த நெருக்கத்தினால் அது வெளிப்படையாகத் தெரியாமல் கூடப் போயிருக்கலாம் என்று நினைத்துக்கொண்டாள். கதவை உட்புறமாகப் பூட்டிக்கொண்டு அவனது துணிப்பெட்டியை நோட்டமிட்டாள். பாதுகாப்பு ஏஜென்சி கொடுத்திருந்த மூன்று சோடி காவலாளி உடுப்புகளும், உள்ளாடைகளும், சிறிய வயதில் சில்லாங்கிலிருந்த புகைப்பட நிலையத்தில் எடுத்திருந்த இரண்டு ஃபோட்டோக்களும் - ஒன்று, அவனது தாய் மற்றும் தந்தையின் மடியில் குழந்தையாக அவனிருந்ததும், மற்றொன்று அவனும், குரேஸ்ஸீன் மற்றும் செகல்லாவும் பள்ளிப் பருவத்தில் எடுத்திருந்ததும் - சில வெள்ளைக் காகிதங்களும் இருந்தன. புகைப்படங்களை அவன் ஏற்கெனவே அவளிடம் காண்பித்திருந்தான். அவள், அவர்கள் மூவரும் இருக்கும் புகைப்படத்தை எடுத்துத் தனது பெட்டிக்குள் மறைத்து வைத்துக்கொண்டாள். சொற்பமான உடைமைகளுடனிருந்த அந்தச் சிறிய குடியிருப்பில் எவ்வளவு முயன்றும் வேறெதுவும் அவளுக்குக் கிடைக்கவில்லை. கலைந்து கொண்டிருக்கும் அவனுடனான காதல் குறித்து அவளுக்குள் ஒரு துயரம் வலுவாக உருமாறத் துவங்கியிருந்தது. அது மீருட்'டின் துரோகத்தால் தனித்த வடுவாக உருமாறியிருந்தது. இனியும் அவனை நம்புவதற்கான எந்தவொன்றையும் தேர்ந்தெடுக்கக் கூடாது என்பதில் உறுதியாகயிருந்தாள்.

அவன் ஏன் இவ்வாறு மாறிப்போய்விட்டான் என்பதான கேள்விகள் ஒரு புறம் அவளை நிலையில்லாமல் செய்தது. சிறு வயதிலிருந்தே அவனைப் பார்த்து வருகிறாள். அவனும், அவளது அண்ணனும் ஒரே வகுப்புத் தோழர்கள், அவனை விட இரண்டு வயது குறைவு செகல்லாவிற்கு. எப்போதும் அந்த விளைச்சல் நிலங்களில் அலைந்து திரிந்து விளையாடிக் கொண்டிருந்தார்கள். பள்ளிப் படிப்பை முடித்த பிறகு திடீரென ஒரு நாள் அவளது அண்ணனும் அவனும்

விடுதலை இயக்கத்தில் சேர்ந்திருந்தனர். பிறகு அவர்களைப் பார்ப்பதே முடியாமல் போய்விட்டது. விடுதலை இயக்கச் சொற்பொழிவுக்கென அதன் மூத்த நிறுவனர்களில் ஒருவர் அவர்களது கிராமத்திற்கு வந்தபோது அதன் பாதுகாப்பிற்காக வந்திருந்த குழுக்களில் அவர்களைக் காணமுடிந்தது. பிறகு அரிதாக, விளைச்சல் நிலங்களுக்கிடையில் இரண்டு முறை மட்டுமே மீருட்'டை அவள் சந்தித்திருக்கிறாள்.

ஒரு முறை அடர்ந்த குளிர்காலத்தில் அவளது கிராமத்தை மத்திய பாதுகாப்புப் படைப்பிரிவின் ஒரு பகுதியினர் சுற்றிவளைத்து, சில இயக்கத் தோழர்களின் இரகசிய வருகைக்காகக் காத்திருந்து அவர்களைச் சுட்டு வீழ்த்துவதற்குத் திட்டமிட்டிருந்தனர். ஆனால் அது விடுதலை இயக்கத்தினருக்கு முன்பே தெரிந்திருந்தது. அவர்கள் பெருவாரியான ஆயுதங்களால் பாதுகாப்புப் படைப் பிரிவினரைச் சுற்றி வளைத்துச் சுட்டுத் தள்ளினர். அப்போது அங்கு நடந்த பெரும் மோதலில் கிராமத்தைச் சார்ந்த பொதுமக்கள் சிலரும் பரிதாபமாக இறந்து போயினர். அதில் மீருட்'டின் தாயும், தந்தையும் உடல் சிதறிப் போயிருந்தனர். அதிலிருந்துதான் அவனது மனமாற்றம் துவங்கியிருக்க வேண்டும். பிறகான நாள்களில் இயக்கத்திலிருந்து வெளியேறிவிட்டதாக ஊருக்குள் செய்திகள் கிடைத்தன. ஆனால் அவன் ஒரு முறை கூட அங்கு திரும்பவும் வரவேயில்லை.

9

சிறு வயதிலிருந்தே தான் நேசித்து வந்த மீருட்'டுடனான தனது சந்திப்புகளை நினைவுகளாகக் கிளைத்துப் பார்த்தாள். ஒருவருக்கொருவர் கைகளைக் கோர்த்தபடி, கிடைப்பதை உடுத்திக்கொண்டு, சாப்பிட்டுக்கொண்டு திரிந்த அந்தப் பருவத்தில் முழுவதுமாக அன்பும், அரவணைப்பும், சந்தோசங்களும் மட்டுமே நிறைந்திருந்தன. துரோகத்தால் தன்னை ஏமாற்றுவதற்கான மனநிலையை ஓடியிருக்கும் இந்தக் காலத்தில் எந்த நொடியில் அவன் பெற்றிருப்பான் எனத் தீர்ந்திடாத வேதனைகளால் உள்ளுக்குள் நிலைகுலைந்து போனாள் செகல்லா. அவளுக்கு, அந்த அறையில் இருப்பதில் அச்சமும் நிம்மதியின்மையும் அதிகரித்துக்கொண்டே

வந்தது . ஆனாலும் தான் சுற்றிவளைக்கப்பட்டிருக்கும் நிலையை நன்றாகப் புரிந்துகொண்டிருந்தாள். அவனிடமிருந்து ஒவ்வொரு புள்ளியாக வெளியேறிட வேண்டும் என நினைத்துக்கொண்டாள். எப்போதும் போலான தனது அன்றாடங்களின் செயல்களிலும் மிகவும் கவனம் குவித்து செய்யத் துவங்கியிருந்தாள். சிறிய ஒன்றின் விடுபடலும், மறதியும் கூட இப்போது அவளுக்கெதிராகத் திரும்பிவிடக் கூடுமென்பதில் மேலான அக்கறை கொண்டிருந்தாள்.

மீருட் குறித்த இந்த விசயங்களுக்குள் படர்ந்திருக்கும் கணக்கற்ற -வலைப்பின்னல்களை ஒருங்கிணைத்து அவன் சார்ந்த ஒரு வரைபடத்தை வரைய முயன்றுகொண்டிருந்தாள். அவனது ஒவ்வொரு அசைவையும் மூளையின் சேமிப்பில் வைத்தபடியிருந்தாள். தினசரி கண்காணிப்பின் முறைகளை இயல்பின் லாவகத்துடன் செய்து வந்தாள். கைப்பேசியைக் கூடுதலான பாதுகாப்புணர்வோடு பயன்படுத்தினாள். தனது நடவடிக்கைகளில் தெரிந்திடும் சிறு மாற்றமும், அதீத உணர்வெழுச்சியும் கூட மீருட்'டிடம் தன்னைக் காண்பித்துக் கொடுத்துவிடும் என்பதில் தெளிவாக இருந்தாள். அவனுடன் எப்போதும் போலவே கைப்பேசியில் பேசினாள், முத்தம் கொடுத்தாள், இரவு அவனை எதிர்பார்ப்பதாய்ச் சொன்னாள்.

இந்த நெருக்கடிகளிலிருந்து தன்னைக் காப்பாற்றிக் கொள்வதற்கான ஏற்பாடுகளைத் திட்டமிடத் துவங்கியிருந்தாள். பெரும்பாலும் இரவுகளில் - அவனில்லாமலிருந்தாலும் - தனக்குள் படர்ந்திருக்கும் அடர்த்தியான பயத்தினை அவளால் நன்றாக உணர முடிந்திருந்தது. அந்தச் சிறிய அறையிலிருந்திடும் தனக்கான அடையாளத்தை வெளிப்படுத்தும் சில முக்கியப் பொருள்களை அவனுக்குத் தெரியாமல், தினசரி அவள் அலுவலகத்திற்குப் பயன்படுத்தப்படும் பைகளில் ஒளித்து வைத்து எடுத்துக்கொண்டு சென்று அங்கு அவளுக்கிருக்கும் பாதுகாப்புப் பெட்டகத்தில் ஒவ்வொரு நாளும் சேர்த்துக்கொண்டிருந்தாள். புதிய நண்பர்களைத் தேர்வு செய்வதற்கும், இது குறித்துச் சொல்வதற்கும் நிறைய பயந்தாள். மீருட்'டை விட்டு முழுவதுமாக விலகிச் சென்றுவிட வேண்டும் என்பதுதான் அவளது பிரதான பிரார்த்தனையாக மாறியிருந்தது.

10

செகல்லாவின் கிராமத்திற்குச் சற்றுத் தள்ளியிருந்த வேறொரு கிராமத்தில் அதிகாலையில் நுழைந்திருந்த விடுதலை இயக்கத்தைச் சார்ந்த இரண்டு வீரர்கள் உட்புறமாகப் பூட்டியிருந்த ஒரு கூரை வீட்டின் சிறிய திண்ணையிலமர்ந்து மெலிதான வெய்யிலின் கதிர்களை வரவேற்றுக்கொண்டிருந்தனர். சிறிது நேரத்தில் சரியாகக் கணித்து அந்த வீட்டின் சிறிய கதவை உடைத்தபடி அவர்கள் உள்ளே நுழைந்தனர். சயீப் பதறி எழுந்து அதிர்ச்சியில் முழித்தபடி வெளியே ஓடுவதற்கு முயற்சி செய்தபோது அவனது கழுத்தை இலகுவாகப் பிடித்து வீட்டின் உட்புறமாகத் தள்ளினர். ஒரு வீரனது துப்பாக்கியின் தட்டையான மரக்கட்டை முனையானது சயீப்பின் முகத்தில் சற்று வலுவாக இறங்கி மேலெழுந்தது. அவன் பெருங்குரலெடுத்துக் கத்தினான். இயக்க வீரர்கள் அந்தச் சிறிய குடியிருப்பை ஒரு முறை கண்களால் நோட்டமிட்டுப் பார்வையை அவன் மீது குவித்தனர். அருகிலிருந்த சயீப்பின் உறவினர்களும் மற்றும் சிலரும் அந்தச் சிறிய வீட்டின் முன்புறமாகக் கூடிக் கத்தத் துவங்கினர். இயக்கத்தைச் சார்ந்தவர்கள், தங்களது காதுகளுக்கருகில் கைகளை வளைத்துத் தொலைபேசியில் பேசும் தோரணையில் அவனது கைப்பேசியைக் குறித்துக் கேட்டனர். சயீப் அருகிலிருந்த சிறிய மூங்கிலைக் கைகாட்டினான். இயக்க வீரன் அந்த மூங்கிலின் சிறிய பொத்தலுக்குள் கையைவிட்டுச் சிறிய ரக கைப்பேசியை எடுத்தான். இயக்கத்தைச் சார்ந்தவர்கள் கடைசியாக இரண்டு கேள்விகளை மட்டுமே வாய்திறந்து கேட்டனர்.

“எவ்வளவு பெண்களை இங்கிருந்து அனுப்பியிருக்க….?”

சயீப் வலியில் முனங்கியபடியிருந்தான், பதிலில்லை. அவனது முகத்தைத் திருப்பித் தனது பூட்ஸ் காலால் ஓரமாக மிதித்தபடி மீண்டும் ஒரு முறை துப்பாக்கியின் மரக்கட்டை முனையை வலுவாக முகத்தில் அடித்து எடுத்தான் இயக்க வீரன். சயீப் வலியில் பெருங்குரலில் அலறினான். அது அந்த அதிகாலையில் கிராமம் முழுவதுமாக எதிரொலித்தது. அவனது முகத்தில் இரண்டு புறத்திலிருந்தும் இரத்தம் வடிந்துகொண்டிருந்தது, அவன் திக்கியபடி..

“நாற்பதுக்கு மேலிருக்கும்” என்றான்.

“மீருட் எங்க இருக்கான்..?”

“எனக்குத் தெரியவே தெரியாது” என்று அவன் கெஞ்சியவாறு சொல்லி முடிப்பதற்குள், வெளியே பாதுகாப்புப் படை வீரர்கள் நெருக்கமாக வந்துகொண்டிருப்பதை உணர்ந்து, அவசர அவசரமாக அவனைத் துப்பாக்கியால் சுட்டுவிட்டு வெளியேறி ஓடி வனத்திற்குள் மறைந்து போயினர். சயீப் மூச்சை இழுத்து இழுத்து விட்டபடி கிடந்தான். அவனது அடிவயிற்றில் சில துளைகள் தோன்றியிருந்தன, அதிலிருந்து சிவப்பு திரவம் கொப்பளித்துக்கொண்டிருந்தது. அவனது சிறிய வீடு இரத்தத்தின் வழுவழுப்பில் சிவப்பாக மிதந்துகொண்டிருந்தது. அவனது உயிரின் கடைசிச் சொட்டைப் பிடித்தபடி கிடந்தான் சயீப்.

செகல்லாவின் கைப்பேசிக்குப் புதிய எண்ணிலிருந்து அழைப்பு ஒன்று வந்திருந்தது. வேலைக்குச் செல்லும் காலைநேர நெருக்கடியில் பேருந்தில், அவளால் அந்த அழைப்பை எடுக்க முடியவில்லை. நிறுத்தத்தில் இறங்கி நடந்துகொண்டிருந்த போது மீண்டும் அதே எண்ணிலிருந்து அழைப்பு வந்தது. முதலில் மௌனம்தான் எதிர் முனையிலிருந்தது. செகல்லா, ‘ஹலோ..’ ‘ஹலோ..’ ‘ஹலோ..’ என்று இடைவிடாது கூறிக்கொண்டிருந்தாள். இப்பொழுதெல்லாம் மெலிதான பயமொன்று அடிக்கடி அவளிடமிருந்து வெளிப்பட்டுக் கொண்டிருந்தது. சில நொடிகளுக்குப் பிறகு கட்டையான குரலில் தன்னை, விடுதலை இயக்க வீரன் என அறிமுகம் செய்து கொண்டு ஒருவன் பேசத் துவங்கினான். தான் கேட்கும் சில கேள்விகளுக்கு மட்டும் உண்மையாகப் பதிலளித்தால் போதும் எனக் கட்டளையிடுவது போலச் சொல்லிவிட்டுத் தொடர்ந்தான். அவனது மொழியில் ஒரு கறார் தன்மை நிறைந்திருந்தது. அவளது பெயரையும், சொந்த ஊரையும் கேட்டான். அவள் தனது பெயரையும், சில்லாங்கிற்கு அருகிலிருக்கும் தனது கிராமத்தின் பெயரையும் திருத்தமாகச் சொன்னாள். மறுமுனையில் மௌனம் நீண்டிருந்தது. அவளாகவே தனது தகப்பனின் பெயரைச் சொல்லி, ‘குரேஸ்ஸீனின் தங்கையென்றாள்.’ - அண்ணனின் பெயரைச் சற்று அழுத்திச் சொன்னாள். - எதிர்ப் புறத்திலிருந்த குரலில் சற்று மிருதுவான தன்மை வந்திருந்தது. ‘சயீப் எப்படிப் பழக்கமானான்’ என்ற கேள்விக்குக் கொஞ்ச நேரம் யோசித்துவிட்டுத் தொடர்ந்தாள், ‘மீருட்’டின் நண்பனாகக்

கிராமத்தில் அறிமுகமானவன்' என்று சொன்னாள். அவன்தான் தங்களை தில்லிக்கு அனுப்பி வைத்ததாகவும் கூறினாள். 'இது சயீப் தொடர்பு எண்தான், உனக்குத் தெரியாதா?' என்று கேட்டான். அவளுக்கு அழுகை வந்தது. சில்லாங்கிலிருந்து கிளம்பிய போது கடைசியாக அவனைப் பார்த்ததாகவும் அதற்குப் பிறகு அவனிடம் எந்தத் தொடர்புமில்லையென்றும், 'மீருட்தான் ஒரு முறை அவனது கைப்பேசியிலிருந்து சயீப்'பை அழைத்து, தனது அம்மாவின் உடல் நலம் குறித்துப் பேசி விசாரித்துச் சொன்னான் எனவும் முடித்தாள். 'சயீப்பின் கைப்பேசியிலிருந்த அவளது எண்ணை வைத்துத்தான் இப்போது தொடர்புகொண்டு பேசிக்கொண்டிருப்பதாகவும், சயீப்பை இனிமேல் எங்கும் பார்க்க முடியாது என்றும் சொல்லி சற்று நிறுத்தி, சயீப் செய்திருந்த மோசமான வேலைகளுக்காக இன்று அதிகாலை அவனது உடலைத் தங்களது துப்பாக்கியின் ரவைகள் துளைத்துவிட்டதாகவும் கூறியபடி சிறிய தடித்த சிரிப்பொன்றோடு முடித்தான். அவள் பயத்தில் நெஞ்சைப் பிடித்துக்கொண்டாள். 'மீருட் எங்கிருக்கிறான்' என மெலிந்த குரலில் அவன் கேட்டபோது, அவளின் மூளையில் மின்னலென வெளிச்சத்தின் கீற்றுகள் உதிர்த்தன. இந்த சிக்கல்களிலிருந்தும், துரோகத்தின் வலைப்பின்னல்களிலிருந்தும் தப்பிப்பதற்கான நிரந்தர வழியொன்று கிடைத்துவிட்டதாகச் சட்டென உணர்ந்தாள். மிகத் தெளிவாகத் தனது குடியிருப்பின் விலாசத்தை எதிர்முனைக்குச் சொன்னாள். அவன் அதைக் குறித்துக் கொண்டவுடன் அந்த அழைப்பு துண்டிக்கப்பட்டிருந்தது.

கூட்டமற்றுக் கிடந்த அவளது அங்காடியில் செகல்லா வெறுமையில் நின்றுகொண்டிருந்தாள். இந்த வாழ்வின் புதிரான திட்டங்கள் எதுவும் அவளுக்குப் புரிபடவில்லை. அடுத்து என்ன என்பதான மனதின் நடுக்கம் அவளது உடல் முழுவதுமாகத் தீவிரமாகப் பரவிக் கிடந்தது. இந்த உலகிலிருந்து தனித்துவிடப்பட்டவளைப் போலவே காலையிலிருந்து உணரத் துவங்கியிருந்தாள். கடையில் அவளுக்கென ஒதுக்கப்பட்டிருந்த சிறிய பாதுகாப்புப் பெட்டகத்திலிருந்து அந்தப் பழைய புகைப்படத்தை எடுத்துத் தனிமையில் பார்த்தாள். மீருட் சிரித்தபடி அவளருகே நின்றிருந்தான். பாசாங்கற்ற சிரிப்பு, திரண்ட வெள்ளைக் கண்கள். உள்ளங்கையால் அவனைத் தனியாக மிருதுவாகத் துடைத்துவிட்டாள். கண்ணீர் திரண்டு

வந்தது. இயக்கத்தினர் கேட்டவுடன், மீருட்’டைப் பற்றிய தகவல்களை உடனடியாகச் சொல்லிவிட்டதை நினைத்து, அவளின் இதயத்தின் ஓரத்தில் தங்கிக்கிடந்த காதல் அவளை நெருடல்களால் குத்தியது. ‘சில விசயங்களை நீ நம்புவதற்கு முன்பாக, உனது சிறிய இதயத்திடம் ஒரு முறை கேட்டுக்கொள்’ அவளின் காதருகே மீருட்’டின் குரல் மெலிதாகக் கேட்கத் துவங்கியது. அவள் தன்னைக் கிழித்துப் பெரும் ஓலமிட்டு அழத்துவங்கினாள். நீண்ட சில நிமிடங்களுக்குப் பிறகு அந்த அறை நிசப்தத்திற்குத் திரும்பிக்கொண்டிருந்தது.

மதிய சாப்பாட்டிற்குப் பின்பான ஓய்வு நேரத்தில், நடுங்கும் உணர்வுகளோடு மீருட்’டைக் கைப்பேசியில் அழைத்துப் பார்த்தாள், அது அணைத்து வைக்கப்பட்டிருந்தது. இனி அது நிரந்தரமாக அணைத்தே கிடக்கும் என்பதான இரகசியத்தைச் சிறிது துணுக்குற்றவாறு அவளது மனது புரிந்துகொண்டது. திடீரென சாபுரோவும், மிதுனா’வும் அவளது ஞாபகத்தில் வரவே சிறிய காகிதத்திலிருந்த அவர்களின் தொடர்பு எண்ணை அழுத்திப் பார்த்தாள். அவையும் அணைத்துக் கிடந்தன. குழப்பத்தில் மீண்டும் மீண்டும் சில முறைகள் முயன்று கடைசியில் கலங்கிய முகத்துடன் அங்காடியின் பெரிய கண்ணாடியில் முழுவதுமாகக் களைத்துப் போயிருந்த தன்னை ஒருமுறை பார்த்துக்கொண்டாள். அவளது பிம்பம் அவளுக்குப் பிடிக்காமல் போனது.

வேலை முடிந்து இரவு எங்கு செல்வதென்றே அவளுக்குத் தெரியவில்லை. மீண்டும் சாபுரோ’வைக் கைப்பேசியில் அழைத்தாள். முதல் அழைப்பு மணியிலேயே அது எடுக்கப்பட்டது.

“நான் செகல்லா பேசுறேன்” என்றாள்,

மறுமுனையில் நீண்ட இரண்டு அழுகுரல்கள் ஒன்றுடனொன்று கலந்தவாறு நிற்காமல் கேட்டுக்கொண்டிருந்தன.

காலச்சுவடு - *பிப்ரவரி 2024*

எவ்வளவு தொலைவிலிருக்கின்றன இந்த நட்சத்திரங்கள்! உலகம் ஒரு மனப்பிறழ்வு குழந்தைக்குத் தூரத்தைக் கற்பிக்க முடியாது.

பிறழ்வு

ஆரம்ப நிலையும் சில அறிகுறிகளும் :

1

சங்கர் ஒன்பதாவது படிவம் படித்துக் கொண்டிருந்த போது, ஒரு மழைநாளில் மதிய வகுப்பிற்கு இடையில், அவனின் வீட்டிற்கு அருகிலிருக்கும் முத்தையன் அண்ணாவும் இன்னும் சிலரும் வந்து ஆசிரியரோடு தனியாகப் பேசிவிட்டு அவனைக் கையோடு கூட்டிச் சென்றனர். வகுப்பிலிருந்த மாணவர்கள் சங்கர் வெளியேறுவதை வெறித்தபடி அமைதியில் மூழ்கிக் கிடந்தனர். வந்திருந்தவர்களிடமிருந்த பதட்டமான நடவடிக்கைகளால் மனதில் கொஞ்சம் சஞ்சலத்துடனே சங்கர் முத்தையனின் கைகளை இறுக்கமாகப் பற்றிவாறு வீதியின் ஓரத்தில் நடந்து கொண்டிருந்தான். 'என்னாச்சு..?' என்ற அவனது மெலிதான குரலுக்கு, தொடர்ச்சியான கேள்விகளுக்கு யாரும் சரியாகப் பதிலளிக்கவில்லை. அவர்களிடம் ஓர் அவசரத்தின் தொனி மட்டும் தெரிந்தது. பாதை முழுவதிலும் அவனது கேள்விகளின் குரல்கள் உதிர்ந்துகொண்டு வந்தன. அவர்களின் சில பேச்சு உரையாடல்களைக் கவனித்ததிலிருந்து, யாரோ

ஒருவருக்கு நிகழ்ந்திருக்கும் அகால மரணம் என்பது வரை மட்டும் குறைந்தபட்சமாக அவனுக்குப் புரிந்தது. நெருடலில் அவனது மூளை ஒரே வரிசையில் அந்த ஞாபகத்தைச் சுற்றிக்கொண்டிருந்தது. அவனது மனதிற்குள் ஒரே ஒரு கேள்வி எழுந்து தவித்தது, அப்பாவா..? அம்மாவா..?

காலையில் படுக்கையிலிருந்து கண்விழித்த போதே வீட்டில் அப்பாவைப் பார்க்க முடியவில்லை. எங்கே சென்றார்? எப்பொழுது சென்றார்? என்பது குறித்து அம்மாவிற்கும் எதுவும் தெரியவில்லை. இரண்டு நாள்களுக்கு முன்பாகக் காலையில் அம்மாவோடு நடந்து முடிந்த பெரிய சண்டையிலிருந்து அவரது செயல்பாடுகள் முற்றிலும் உறைந்திருந்த மௌனத்தின் சாயல்களால் மூடியபடியிருந்தன. வீட்டில் சாப்பாடும் சாப்பிடவில்லை, என்னுடனும் அதிகம் பேசவில்லை. வெறும் தனிமையான சிறுசிறு அசைவுகளுடனாக மட்டுமே, வீட்டில் தனதிருப்பை முற்றிலுமாகக் குறுக்கிக்கொண்டார். அதில் ஒரு நிதானத்தின் சாயல் படிந்திருந்தது. வீட்டில் தொடர்ச்சியாக நிறைய முறை சண்டைகள் வந்திருந்தாலும் அன்று நிகழ்ந்தது இறுதியைப் போலத்தான் எனக்குத் தோன்றியது. இருவரில் யாரோ ஒருவர் தங்களைத் தாங்களே விடுவித்துக் கொள்ளப் போகிறார்கள் என்றே எனக்குத் தோன்றியது. இப்படித் தோன்றுவது இதுதான் முதல்முறை. குறிப்பாக அப்பாவும் அம்மாவும் ஒருவருக்கொருவர் தங்களை வேறு நபர்களுடன் தொடர்புபடுத்திக் கெட்ட வார்த்தைகளின் பிரயோகங்களால் காயப்படுத்திக்கொண்டிருந்த போது உச்ச கட்டத்தில் அம்மா, அவரது முகத்தில் எச்சிலைத் துப்பி அழுது புலம்பினாள். அவமானத்தால் கோபத்தில் வெறியேறி நின்றவர், அவளது பின்னந்தலையின் முடிக்கொத்தைப் பற்றிப்பிடித்து இழுத்து வந்து சுவரில் வேகமாக மோதவைத்துத் தன் கைகளை லாவகமாக விடுவித்துக்கொண்டார். மிகச் சரியான பதிலடியின் உத்வேகம் அதிலிருந்தது. நெற்றியில் பந்து போல வீங்கிப்போனது அம்மாவிற்கு. அவரது கைகளைக் கடிக்க முயன்று முடியாமல் நெற்றியைத் தேய்த்தபடி கோபத்திலிருந்தாளவள். குரூரமும், ஆத்திரமும் குறைந்த போது அம்மா வீட்டின் மூலையில் சரிந்துகிடந்தாள். அப்பாவின் கோபமான அடுக்கடுக்கான சில கேள்விகளுக்குச் சிரித்தபடியே நக்கலான பதில்களால் அவரை வளைத்து மேலும் கோபமாக்கி அவரது பதட்டத்தை

வெளிப்படையாகவே ரசித்தாள். ஆவேசமான சண்டைக் குரல்களுக்கிடையிலான இடைவெளியில் நான் இருவரின் முகத்தையும் பார்த்தபடி அழுதபடியே நின்றிருந்தேன். அவர்களைப் புரிந்துகொள்வதில் எனக்கு எந்த ஒன்றும் கிடைக்கவில்லை. சண்டை முடிந்து இன்று மூன்றாம் நாள், அதிகாலையிலிருந்தே அவரைக் காணவுமில்லை.

தனது வீட்டின் முன்பாகக் கூடியிருந்த சில மக்களுக்கிடையில் நுழைந்து வீட்டுக்குள் சென்று சுற்றிலுமாக ஒருமுறை பார்த்து விட்டு, அழுதபடி உட்கார்ந்திருந்த தனது தாயின் அருகில் உட்கார்ந்து அவளது கைகளைப் பற்றிக்கொண்டான். அது உட்புறமாக வியர்த்து நடுங்கிக்கொண்டிருந்தது. அவளின் கண்களில் ஈரம் கசிந்து தடமாகிக் கிடந்தது. அவளின் பார்வையில் ஒரு ஏமாற்றத்தின் குறுகுறுப்பு படர்ந்திருந்தது. அப்பாதான் இறந்திருக்கிறார் என்பது மட்டும் கடைசியாக அவனுக்குச் சலனமாகப் புரிந்துபோனது. ஆனால், எப்படி இறந்து போனார்..? அடுத்த கேள்வி அவனது மூளைக்குள் முளைத்திருந்தது.

அதிகாலையில் கிளம்பிய அவனது அப்பா, காட்டாங்குளத்தூர் ரயில் நிலையத்திற்கு முன்பான ரயில் தடத்தில் பொழுது விடிந்திடாத மங்கிய இருளில், தளர்ந்த நடையில் முன்னோக்கி நடந்து சென்றுகொண்டிருந்தார். அவரை எதிர்த்துச் சென்னை நோக்கி வந்துகொண்டிருந்த விரைவு ரயிலின் முகப்பு விளக்கின் அடர் மஞ்சள் நிற ஒளித்துகள்களானது சற்று ஒடுக்கமான அவரது உடலின் மேற்பரப்பில் குவிந்து தண்டவாளங்களில் நீண்டு பரவிக்கொண்டிருந்தன. தொடர்ச்சியாக இடைவெளியில்லாமல் எழுப்பப்பட்டு வந்த அபாய ஒலிகளைச் சற்றும் பொருட்படுத்தாமல் தொடர்ந்து வந்துகொண்டிருக்கும் ரயிலை நோக்கி விரைவாக முன்னேறிக் கொண்டிருந்தாரவர். சங்கரின் மெலிந்த முகத்தையும், மனைவியோடு சண்டை நடந்த நாள்களில் தங்களுக்கு இடையில் நின்று அவனழுததையும் மனதில் நினைத்துக்கொண்டார். தனது மனைவி அன்னகாமுவின் முகத்தைக் கடைசியாக ஒருமுறை கண்களை மூடியபடி பார்த்துக்கொண்டிருந்த போதுதான், அந்த முழுவதும் இரும்பினாலான பெட்டி அவரது உடலை வேகமாகக் கடந்து சென்றது. சில நொடிகளுக்கும்

குறைவான பொழுதிற்குள், சிறிய அச்சமற்ற சப்தத்துடன் நிறைவடைந்திருந்தது அவரது வாழ்வு. சிதறிக் கிடந்த அவரது உடல்களின் ஒவ்வொரு பகுதியும் எவ்விதக் கலங்கமுமற்ற ஒரு நிம்மதியின் வடிவத்தை அனுபவிக்கத் தொடங்கியிருந்தன. குளிர்ந்த காற்றில் அவற்றின் சந்தோசங்கள் வேகமாகப் பரவிக் காலை குளிர்ச்சியினுள் அமிழ்ந்து கொண்டிருந்தன. சந்தேகமும், துரோகமும், அலைக்கழிப்புகளும், ஏமாற்றங்களும், ஓய்திடாத சண்டைகளுமான அவரது கடைசி நாள்களுக்கான முடிவாகத் தன்னை நிரூபிக்க அவரிடமிருந்த கடைசி ஒன்றை அவர் பட்டவர்த்தமாகச் செய்து காண்பித்திருக்கிறார். சங்கருக்கு, அவரின் முடிவு மிகவும் நிதானமானதாகவும், செய்தே தீரவேண்டிய ஒன்றாகவும் ஆகியிருந்ததற்குள்ளிருக்கும் சூட்சமத்தை ஒவ்வொன்றாக கோர்த்துப் பார்த்தான். அவனது காதுகளுக்குக் கிடைத்திருந்த செய்திகளின் வழியே அவற்றிற்கு ஒரு உருவத்தையும் கொடுக்க முயன்று கொண்டிருந்தான்.

முழுவதுமாகத் துணியில் சுற்றிக்கட்டி, கோரமான முகத்தின் ஒரு பகுதியை முழுவதும் மறைத்தவாறு மறு பகுதியைப் பார்வைக்கெனத் திறந்துவிட்டபடி அவனது அப்பாவின் சடலம் வீட்டிற்கு வரும்போது மறுநாள் மதியம் கடந்திருந்தது. அவரது தலைமாட்டிற்கருகில் உட்கார்ந்திருந்த சங்கர் இறுக்கிக் கட்டியிருந்த அந்த வெள்ளை உடலைப் பார்த்தவாறே அழுதுகொண்டிருந்தான். அவரும், அவரது ஞாபகங்களும், ஒரு பெரிய நீண்ட வெள்ளை நிறப் புள்ளியைப் போலவே அவனது மனதின் ஆழத்திற்குள் பதியத் துவங்கியிருந்தது. மிகத் தூய்மையான வெண்மையின் வடிவமது. அப்பாவின் சடலத்திற்கு இறுதியாக நெருப்பிட்ட போது, அவர் மிகவும் சந்தோசமாகவே நெருப்பில் எரிந்துகொண்டிருப்பதாகவே அவனுக்குத் தோன்றியது. தீயில் முழுவதுமாக எரிந்தும் அந்த நீண்ட வெள்ளைத் துணியின் ஓர் இழையும் அவனது மனதிற்குள்ளிருந்து மறையவில்லை. ஈமக் காரியங்கள் அனைத்தும் முடிந்த பின்னர், 'அப்பா இப்படித்தான் இறந்து போவார் எனக் கடைசி சில நாள்களாக நினைத்திருந்ததாக'க் கண்களைச் சுவரில் ஒரு புள்ளியில் நிறுத்தியவாறு அம்மாவிடம் சொன்னான், 'மனதைக் கவலையில் கிடத்தி, தேவையில்லாதவற்றை நினைத்து இன்னும் குழம்பிப்போகாதே' என்று அவனிடம் சொல்லி அவனை அணைத்துக்கொண்டாள்.

‘இப்போது அப்பா, தனக்கு நீண்ட வெள்ளை நிறப் புள்ளியைப் போலத்தான் மனதிற்குள் தங்கியிருப்பதாக’க் குரலில் மெல்லிய நடுக்கத்துடன் அவன் சொன்னபோது, அணைப்பின் இறுக்கத்தை மேலும் கூட்டியபடி அவனது வாயைத் தன் கையால் மூடினாள் அம்மா. அந்த இறுக்கத்திற்குள்ளாக சங்கர் மிக நீண்ட தவிப்பின் ஒரு அழுகையைத் துவங்கினான்.

தனது எண்ணவோட்டங்கள் சமயங்களில், சமநிலையைக் கடந்து ஏதோ வெட்டவெளியில் வரம்பற்றுச் சென்று அரூபத்தின் ஒரு புள்ளியில் குவிந்திடும் நிலைகள் குறித்து முதல் முதலாக சங்கருக்குப் பயமொன்று ஏற்பட்டதும், அது தனது மூளை நரம்புகளின் வழியே சென்று ஏதோ ஓர் இடத்தில் கசிந்து உருகி நின்று ஒரு நிகழ்வு நடக்கப்போவது குறித்த எச்சரிக்கையை முன்கூட்டியே தன்னிடம் திரும்பத் திரும்பச் சொல்லிக்கொண்டே இருப்பதை அவன் நன்கு உணரத்துவங்கியிருந்ததும் இந்தச் சந்தர்பங்களில்தான். அந்த நிகழ்வு நடந்து முடிந்ததும், அது நடந்திருக்கும் தருணங்களிலும், விதங்களிலும் இருக்கும் கச்சிதங்களின் பெரும்பாலான தன்மைகள், அவன் முன்பு நினைத்தது போலவேயிருப்பது அவனை ஆச்சர்யத்தில் ஆழ்த்தின. தனது மனத்திரையில் புதிர்களால் மூடப்பட்டுச் சில அலைச் சலனங்களின் வழியாகத் தெரிந்திடும் ஒரு நிகழ்வு சற்றேறக்குறைய அப்படியே நடந்திடும் போது பயமும், ஆச்சர்யமும் ஒன்றாகக் கலந்துகொண்டு அவனது மனதில் சேகரமடைந்துகொண்டிருந்தன. நடக்கப்போகும் செயல்களின் ஆகிருதியை நினைத்து அதன் வீரியமிக்க தொடக்கத்தையோஅல்லது முடிவையோ நோக்கித் தனது மனதுடன் - தனக்குத்தானே - நீளமாகப் பேசிக்கொள்ள ஆரம்பித்திருந்ததும் இச்சமயத்தில்தான் தொடங்கியது. மனதின் தீர்ந்திடாத சுழலில் சிக்கித் தனக்குத் தானே சுற்றிக்கொண்டு கரையொதுங்க முடியாமல் புதைமணலின் ஆழத்தில் புதைந்து விடுவது மாதிரி அவனது எண்ணங்களின் ஓட்டங்களுக்குள் அவன் புதைந்துகொண்டிருந்தான்.

2

பத்தாவது படிக்கும் போது ஒரு நாள், காலை வழிபாட்டுக் கூட்டத்திலேயே மயங்கி விழுந்திருந்தான் சங்கர், பள்ளியிலேயே முதலுதவி கொடுத்தும் அவன் இயல்பிற்குத் திரும்பாததால் செங்கல்பட்டு அரசு பொது மருத்துவமனைக்கு அனுப்பி வைத்தனர். சங்கரின் நண்பனொருவனின் மூலமாக அவனது அம்மா அன்னகாமு பள்ளிக்கு வரவழைக்கப்பட்டு அவளும் அவனுடன் மருத்துவமனைக்குச் சென்றாள். முதலில் வெள்ளை நிற பிளாஸ்டிக் குப்பியில் குளுக்கோஸ் அவனது நரம்பில் ஏற்றப்பட்டு கொஞ்சம் ஆசுவாசமும் தெம்பும் அடைந்திருந்தான். பரிசோதனைகள் முடிந்த பின்னர், பள்ளியில் எடுத்த வெள்ளை நிற வாந்தியையும், காதுகளில் கேட்டும் ஒலியின் அளவானது சற்று மந்தமாகியிருப்பதாகவும் திரும்பத் திரும்ப மருத்துவர்களிடம் சொல்லியபடியேயிருந்தான். ‘இதற்கு முன்னதாக இப்படி நடந்திருக்கிறதா’ என மருத்துவர்கள் கேட்டபோது. அன்னகாமு இதுதான் முதல்முறை என்றாள், சங்கரோ இது இரண்டாவது முறை என்றான். அப்பாவின் இறப்பிற்கு மூன்று நாள் கழித்து இப்படியாக ஒரு முறை நடந்திருந்ததாக அவர்கள் முன்னிலையில் பயமின்றிச் சொன்னான். மறுநாள் தலைமுழுவதுமாக எடுக்கும் முழு *MRI* ஸ்கேனுக்காக அவர்களிடம் எழுதிக்கொடுத்தனர். முதல்வர் காப்பீட்டுத் திட்டத்தில் சில விண்ணப்பங்களையும், காகிதங்களையும் நிரப்பிக்கொடுத்து ஒரு வாரம் காத்திருந்து *MRI* ஸ்கேன் எடுத்து முடித்து, மேலும் இரண்டு நாள்களுக்குப் பிறகு அது குறித்த அறிக்கையை அன்னகாமு வாங்கி வந்து. மருத்துவர்களிடம் காண்பித்தாள். பெரிய வெள்ளை நிற போர்டில் அதை மாட்டிவிட்டுப் பின்புறமாக விளக்குகள் குவித்த வெள்ளை ஒளியில் அவற்றை வெகுநேரம் ஆராய்ந்து விட்டு, பெரிய பிரச்சினைகள் ஏதுமில்லையென்றும், மூளைக்குச் செல்லும் சில நரம்புகளில் மிகச் சிறிய பிரச்சினைகள் மட்டும் இருப்பதாகவும் அதற்குத் தொடர்ந்து ஆறுமாத காலத்திற்கு மருந்துகளும், சீரான கண்காணிப்பு முறையும் அவசியமென்றும் சொன்னார்கள். அன்னகாமு அழுதபடியே ‘எனது மகன் செத்துப்போவானா..? டாக்டர்’ என்று கேட்டாள். ‘அவ்வாறெல்லாம் ஒன்றுமில்லை, கடவுளை நம்புங்கள்’ என்று சொல்லி அனுப்பி வைத்தனர். ஏதோ

ஒரு குழந்தையின் சுட்டித்தனங்களைப் பார்த்துச் சிரித்துக் கொண்டே மருத்துவமனை வராந்தாவில் அமர்ந்திருந்த சங்கரை அவள் அணைத்துக்கொண்டு அழுதபோது தனக்கு ஏதோ பெரிய நோயொன்று வந்திருப்பதாக ஒரு நினைப்பின் புள்ளி அவனிடம் உருவாகியிருந்தது. இதைப் பற்றியும் அவனது மனதில் முன்பாகவே சேகரித்து வைத்திருந்தவைகளை ஒவ்வொன்றாகச் சேர்க்கத் துவங்கினான். அது சதா அவனைத் துன்புறுத்தியது.

அன்னகாமுவின் தொடர்ச்சியான வற்புறுத்தல்களாலும், கண்காணிப்புகளாலும் சங்கர் சில மாதங்களுக்குத் தொடர்ந்து மருந்துகளை எடுத்து வந்தான். உடலும் மனமும் சற்றுத்தேறி இயல்பின் அடுக்கிற்குத் திரும்பியது போலவே அவன் உணர்ந்திருந்தான். மகிழ்வின் ஓர் இழை அவனுடலில் பரவியிருந்தது. நோயின் தீவிரத் தன்மை குறைந்திருப்பதன் வேறுபாட்டைச் சில பரிசோதனைகள் மற்றும் ஆலோசனைகளின் மூலமாக மருத்துவர்கள் அவர்களுக்கு விளக்கினர். சங்கரோடு உரையாடி அவனது மனதிற்குள் நிகழ்ந்திருக்கும் மாற்றத்தைக் குறிப்பெடுத்துக் கொண்டனர். பிறகு தனக்கு ஒருபோதும் அந்த வெள்ளை நிற வாந்தியும், காதுகளின் கேட்கும் திறனில் மந்த நிலையும் ஏற்படவில்லை என்றான். மேலும் தனது மனது சிறிய சிறகைப் போல எடையற்று இருப்பதாகவும், அது பறந்துகொண்டிருப்பதைப் போலிருப்பதாகவும் அவர்களிடம் நடன அசைவுகளில் செய்து காண்பித்தான். அன்னகாமு, மனதில் ஒரு நிறைவை அனுபவித்தாள்.

மூன்று வெள்ளை நிறப் புள்ளிகளின் சிதறலடைந்த வடிவம் மட்டும் தனக்கு அவ்வப்போது இரவில்-கனவில் தோன்றிக்கொண்டிருப்பதாக அன்னகாமுவிடம் ஒரு நாள் இரவு தூங்கப் போகும் முன் சொன்னான் சங்கர். தினமும் தான் உட்கொள்ளும் சிறிய, நடுத்தர மற்றும் பெரிய வெள்ளை நிற மாத்திரைகளின் அரூபமான வடிவம்தான் அது என்றும், ஆனால் அது ஏன் சிதறியவாறு தெரிகிறது எனத் தன்னால் புரிந்து கொள்ள முடியவில்லை என்றவாறும் அவன் நிறுத்தாமல் புலம்பிக் கொண்டேயிருந்தான். அவள், அவனைத் தடவிக்கொடுத்து ஒருநிலைப்படுத்தித் தூங்க வைத்தாள். மேலும் அவனைத் தினமும் மாலைநேரத்தில் மசூதிக்கு அழைத்துச்

சென்று ஓதிப்பார்த்துவிட்டுக் கூட்டி வந்தாள். மூன்று வெள்ளை நிறப் புள்ளிகளின் கனவுகளால் நிம்மதியிழந்த சங்கர், தினமும் தனக்கான மாத்திரைகளை வெறுத்து உட்கொள்ளாமல் - அன்னகாமுவிற்குத் தெரியாமல் - நிலத்தில் விட்டெறிந்தான். அது உருண்டு சென்று மணலில் சரிந்து கிடந்து, நடந்து செல்வோர் அதை மிதித்துக் கடப்பதைப் பார்க்கும்போது, அவனது கனவில் வரும் சிதறல்களுடனான மூன்று வெள்ளை நிறப் புள்ளிகளையே அவர்கள் மிதிப்பது போலவே உணர்ந்து மகிழ்ந்தான். அந்தச் சிறிய சந்தோசத்தின் சாளரம் அப்போதைய அவனது மனவெழுச்சிக்குத் தேவையாகயிருந்தது. ஒரு நினைவின் மீதியை இப்படித்தான் தனக்குத்தானே அவன் சமப்படுத்திக்கொண்டான்.

சங்கர், பள்ளிப் பருவத்தின் மேல்நிலை வகுப்பில் தேர்ச்சி பெறாத போதும் அன்னகாமு அவனை முழு நம்பிக்கையையோடு ஓட்டுநர் பயிற்சிப் பள்ளியில் சேர்த்துவிட்டாள். கணவன் இறந்த பின்பு தொடர்ந்திடும் நெருக்கடியான வாழ்வில் அவனது முயற்சிகள் மீது அவளுக்குத் தனிக் கவனம். ஒரே மகனான சங்கரை எப்படியாவது அந்த ஊரில் ஒரு மனிதனாக மாற்றிக் காண்பிக்கும் வைராக்கியத்தில் அவளிருந்தாள். எல்லோரும் அவனைப் பார்க்கும் கோணத்தை, அவனொரு நல்ல வேலையில் இருப்பதைக் கொண்டு மாற்ற முடியுமென்று தீவிரமாக நம்பினாள். அவனுக்கென ஒரு தொழிலாக கார் போன்ற சிறிய ரக வாகனங்களை ஓட்டும் ஓட்டுநராக அவனை வளர்த்தெடுக்க அவள் அப்போது கடைசியாக ஒரு முடிவில் இருந்தாள். சில வேளைகளில் காலம் காட்டும் நிச்சயமற்ற நிகழ்வுகளில் இருந்து அவள் குழப்பமடைந்திருந்தாலும் ஏதோ ஒன்று பின்புறமாக அவளைத் உந்தித் தள்ளி தனது மகனுக்கான வாழ்வை ஏற்படுத்திக் கொடுத்திட முனைய வைத்தது.

வாகனப் பயிற்சியின் போதான கடைசி செயல் தேர்வில் அலுவலர்கள் முன்பாக காரை அவன் சிறப்பாக ஓட்டி வெற்றி பெற்றதற்காக ஒரு கிலோ இனிப்பு மிட்டாய்களை வாங்கிக் கைகளில் வைத்து வீதி முழுவதுமாக எல்லோருக்கும் கொடுத்து வந்தான். வீடடைந்து அம்மாவிடம் தனது வெற்றியைச் சொல்லும் போது அவனது கையில் வெறும் பாலிதீன் கவர் மட்டுமேயிருந்தது. அவனது கபடமற்ற மனதை நினைத்து அன்னகாமு உண்மையில் அழுகவும் மேலும் பெரிதாகச்

சிரிக்கவும் செய்தாள். இலகு ரக வாகனங்கள் ஓட்டுவதில் அவன் தேர்ந்து ஓட்டுநர் உரிமம் பெற்ற போது அன்னகாமு மகிழ்ச்சியடைந்து வீட்டிலிருந்த கடவுள் படங்களுக்கு முன்பாக பூஜை செய்து அவனுக்கு விபூதியை வைத்துவிட்டாள். அது சங்கர் மனதிற்குள், அவனது கனவுகளில் வரும் நீண்ட வெள்ளைநிறப் புள்ளியைப் போலான அப்பாவைப் போலவேயிருந்தது. அதன் அமைதி அவனுக்குப் பிடித்திருந்தது.

பொத்தேரி'க்கு அருகிலிருந்த, பெரிய கண்ணடிக்குவளையின் மாதிரியிலான பிரம்மாண்ட கட்டடத்தில் இயங்கிவந்த தகவல் தொழில்நுட்பப் பூங்காவில், ஒப்பந்த அடிப்படையில் ஊழியர்களுக்கான கார் சேவைகளை வழங்கி வரும் ஒரு ஏஜென்சி நிறுவனத்தில் அவனுக்கு கார் ஓட்டுநர் வேலை கிடைத்திருந்தது. வேளாச்சேரி வரையில் மொத்தம் 8 ஊழியர்களை இரண்டுகால வேலைப் பிரிவின் நேரத்திற்கு அலுவகத்திற்கு அழைத்து வருவதும், வீட்டிற்குத் திரும்பவும் கொண்டு சேர்ப்பதுமான வேலையது. நேர மேலாண்மை மிகவும் துல்லியமாக வரையறுக்கப்பட்டதும், கார் மற்றும் டிரைவர் தூய்மையின் கச்சிதத் தன்மையில் எப்போதும் கடைப்பிடிக்கப்படுவதான பணிச்சூழல் நிறைந்தது. சுத்தமான வெள்ளைச் சீருடையை மடிப்புக் கலையாமல் தேய்த்து தினமும் போட்டு வருவது அவனுக்கு மிகவும் பிடித்திருந்தது. பணியிடத்தில் வழங்கப்படும் உணவும், தேநீரும், சீரான வேலை நேரமும் அவனுக்கு மகிழ்ச்சியை நீட்டிக் கொடுத்தது. காரில் அதிகபட்சமான வேகத்தில் நகரைக் கடப்பதும், இரவு வேளைகளில் யாருமற்ற சாலைகளில் நிதானமாகப் பாடல்கள் கேட்டபடி பயணம் செய்வதும் அவனது வாழ்வின் சந்தோசங்கள் பரவியிருந்த முக்கியமான நிகழ்வாக அமைந்திருந்தன.

கருநீல நிறத்தில் வெள்ளை பார்டர் அணிந்திருந்த சேலையுடன் அந்த நிறுவனக் கட்டடத்தின் வெளிப்புறமான பெரிய வராந்தாவைத் தினமும் சுத்தம் செய்யும் வேலையிலிருந்த மீனாவுடனான பழக்கம் அவனுக்கு அங்குதான் ஏற்பட்டது. அவனைவிடவும் வயதில் மூத்தவளாகவும், திருமணம் முடிந்தவளாகவும் இருந்த போதும் இருவருக்குள்ளும் ஒரு கவர்ச்சி இயல்பாக ஏற்பட்டிருந்தது. மீனாதான், சங்கருக்குத் தேநீர் வாங்கி வைத்திருப்பாள், வெளியே மர நிழலில்

அமர்ந்து இருவரும் கதைகள் பேசிக்கொண்டே அதைக் குடித்து முடிப்பார்கள். ஊழியர்களைக் கொண்டு வந்து இறக்கிவிடுவதற்காகவும், பணி முடித்துத் திரும்புபவர்களை வீட்டிற்கு அழைத்துச் செல்வதற்காகவும் சற்றுப் பெரிய வரிசையில் சங்கர் வண்டியோடு காத்திருக்கும் நேரத்தை மீனாவைப் பார்த்தபடியே கழிக்கப் பழகியிருந்தான். அவளது நெருக்கத்தை வேண்டி அவனது மனது ஏங்கிக் கிடந்தது. ஒவ்வொரு நாளையும் வேலைக்கான பொழுதுகளுடன் மீனாவின் பேச்சுக்களோடுதான் அவன் கடந்திருந்தான்.

அன்று, தனது வேலைநேரம் முடிந்த பிறகு தனது மேலாளரின் அறிவுறுத்தலின் படி, டெல்லியிலிருந்து வந்திருந்த அந்த நிறுவனத்தின் சில உயரதிகாரிகளை விமான நிலையத்திலிருந்து கூட்டிச் சென்று அவர்களுக்கான பெரிய ஓய்வு விடுதியில் சேர்த்துவிட்டு அவன் வீடு திரும்பும் போது அதிகாலை மூன்று மணி ஆகியிருந்தது. வீடு உட்புறமாகத் தாளிடாமல் இருந்தது - தனக்கு வேலையிருப்பதால் இன்று இரவு வீட்டிற்கு வரமுடியாது என்றும் அப்படி வந்தாலும் அதிகாலை ஐந்து மணிக்கு மேலாகிவிடும் என்றும் முன்பே அம்மாவிடம் கைப்பேசியில் சொல்லியிருந்ததால் - அம்மாதான் வீட்டின் கதவைத் திறந்து வைத்திருக்கிறாள் என்று நினைத்துக்கொண்டு மெதுவாக நுழைந்து அறைக்குள் பார்த்தான். சிறிய இரவு விளக்கின் ஒளியில் மங்கலான வெளிச்சத்தில் அம்மாவின் காலின் மீது கால் போட்டபடி படுக்கையில் வேறொருவர் படுத்துத் தூங்கிக் கிடந்தார். அம்மாவும் உள்ளாடைகள் கலைந்தவாறு சலனமற்று உறங்கிக்கிடந்தாள். அருகிலிருந்தவரின் முகம் எங்கேயோ பார்த்தது போலிருந்தது. சில குடும்ப நிகழ்வுகளின் புகைப்படங்களில், அம்மாவின் பின்புறமாக நின்றுகொண்டு வேறெங்கோ பார்த்துக்கொண்டிருப்பவர் மாதிரியானத் தோற்றத்தில் முன்பு பார்த்திருந்தவர் போல அவனுக்குத் தோன்றியது. சில நாள்களுக்கு முன்பாகவே இந்நிகழ்வை எதிர்பார்த்திருந்தது போலவே அவனது மனது அவனைச் சமப்படுத்தியது. அப்பாவின் அகால மரணத்திற்கான பல கேள்விகளுக்கு ஒரு பதில் இதற்குள் இருப்பதாக அவன் மனதிற்குள் உணரத் துவங்கியிருந்தான். அம்மாவின் மீதான அவனது நம்பிக்கையின் அடுக்குகள் ஒவ்வொன்றாக விழுந்து நொறுங்கிக்கொண்டிருந்தது. கலங்கமில்லாத அன்பின்

வழியாக அவள், தன் மீது கொண்டிருந்த அக்கறைகளின் சித்திரம்தான் அவனை மோசமாக் கலங்கடித்தது. அவளுக்குத் தேவையான ஒன்றை அவள் தேர்ந்தெடுத்துக் கொள்வதற்கான உரிமை அவளுக்கு இப்போதும் இருக்கிறது ஆனால் அது பிறரை உடைந்து போகச் செய்திடும் படியாக மாறிக்கொள்ளும் போது தான் அதன் துயரங்கள் மிகப் பெரிய அலையாக அடித்துச் சாய்க்கிறது. சிறிய விளக்கொளியில், உள்ளாடைகளுடனான தனது அம்மாவின் உருவம் ஒரு கிளர்ச்சி தரும் வடிவமாக மாறி அவனுள் சேகரமாகியிருந்தது. வீட்டினுள்ளிருந்து மிகவும் பொறுமையாக வெளியேறி கதவைச் சத்தமில்லாமல் சாய்த்து விட்டு காரையெடுத்துக் கொண்டு கிளம்பிவிட்டான். அதிகாலைச் சாலையில் அவனைக் கடக்கும் ஒவ்வொன்றும் அவனது அம்மாவின் முகத்தையே ஞாபகப்படுத்தின. சாலையோரத்தில் வண்டியை நிறுத்திக் கண்களை மூடிக்கொண்டான். சற்று நீளமான வெள்ளை நிறப் புள்ளியிலிருந்து பாதி திறந்திருந்த முகத்தின் வழியே அவனது அப்பா பேசத் துவங்கினார். அவரது நெருக்கமான வாசனையை அவன் நன்கு உணர்ந்தான். பெரிய வெள்ளை நிறப் புள்ளியிலிருந்து சொற்கள் விடாது வந்துகொண்டிருந்தன. மூடியிருந்த அவனது விழிகளின் ஓரத்தில் கண்ணீர் கசிந்து பெருகி வழிந்துகொண்டிருந்தன.

அன்று முதல் வீட்டில் அம்மாவுடன் மிகச் சொற்பமாகவே பேசினான், அவளது முகத்தைப் பார்த்துப் பேசுவதை முடிந்தவரை தவிர்த்துவந்தான். பெரும்பாலும் இரவுகளில் வீட்டிற்குத் திரும்பாதவாறு திட்டமிட்டுப் பார்த்துக்கொண்டான். வாரத்தில் ஒருநாள் மட்டுமே வீட்டிற்கு வந்து புதிய உடுப்புகளை உடுத்திக்கொண்டு சிலவற்றைக் கையிருப்பிற்கென எடுத்துக்கொண்டு கிளம்பிப் போனான். நிறைய இரவுகளில் காரிலேயே தூங்கி எழவும் பழகிக்கொண்டான். வருமானத்தைச் சரிபாதியாகப் பிரித்து மாதத் துவக்கத்திலேயே அம்மாவிடம் கொடுத்து வந்தான். அவனது நடவடிக்கைகளில் சந்தேகமடைந்து அவனது நாடியைப் பிடித்தபடி அன்னகாமு மென்மையாக விசாரித்த போது, ‘தனது கனவில், நீண்ட வெள்ளை நிறப் புள்ளியைப் போலிருந்த அப்பாவின் புகைபடிந்த உருவத்திலிருந்து அரூபமான குரல், ஓர் உண்மையைச் சொல்லிக்கொண்டேயிருந்ததாகவும், அதே

உண்மையைச் சில நாள்களுக்கு முன்பாகத் தனது கண்களால் முழுவதுமாகப் பார்த்துவிட்டதாகவும்' கோர்வையில்லாமல் நம்பிக்கைகள் இழந்த வறட்சியின் மொழியில் சொன்னான். அவள் எதுவும் புரியாதவளாகத் திரும்பக் கேட்டபோது, 'அந்த இரவில் அவளது கால்களினூடாகப் பிண்ணிக்கிடந்த மற்றொரு கால்களின் சொந்தக்காரன் யார்' எனக் கேட்டான். அன்னகாமுவிற்கு வியர்த்துப் போனது, முதலில் அது அவனது மனதின் ஏதோவொரு குழப்பத்தின் பிம்பம் எனச் சொல்லி சமாளிக்கப் பார்த்தாள். பிறகு அவர் நமது தூரத்துச் சொந்தத்தின் வழியில் மிகவும் வேண்டப்பட்டவர் என்றும் அவனுக்கான முறையையும் விஸ்தாரமாக விளக்கிக்கொண்டிருந்தாள். அவளது மொழியில் ஒரு நடுக்கத்தின் அவஸ்தையை அவன் உணர்ந்தான். மேற்கொண்டு அவனெதையும் காது கொடுத்துக்கேட்காமல் வீட்டை விட்டு வெளியேறியிருந்தான்.

சில நாள்களுக்குப் பிறகொரு நாளில் மீனாவுடனான தனிமையான சந்திப்பில் அவளது உடலில் தனது உதடுகளால் கீழிருந்து மேலாக நகர்ந்துகொண்டிருந்தான். எச்சிலுடனான அவனது ஸ்பரிசத்தில் அவளுடல் சிலிர்த்துக் கிடந்தது. காமத்தின் உச்சமான ஒரு புள்ளியை நோக்கி இருவரும் நகர்ந்துகொண்டிருந்த போது, மங்கலான வெளிச்சத்தில் அவளது நிர்வாண உடல், தனது அம்மாவின் சாயலைப் போல ஒரு நொடியில் மாறிப்போய் அவனது கண்களில் புகைபடிந்த வடிவமாக நிறைந்திருந்தது. அதைத் தவிர்த்துவிட்டுத் தீவிரமாக அவளுடலில் முன்னேறிக்கொண்டிருந்தான். அவள் அதற்கு இசைந்து கொடுத்து முனகலிலிருந்தாள். சங்கர் மேற்புறத்தில் வேகமாக இயங்கிக்கொண்டிருந்த போது மீனாவின் வியர்வை படிந்த முகம் அவனது அம்மாவின் முகம் போலவே மாறிச் சிரித்தபடியிருந்தது. அவன் தொடர்ந்து இயங்கிக்கொண்டிருந்தான்... 'எல்லோருக்கும் ஒரு தேவையிருக்கிறது மகனே, உனக்கு இந்த மீனாவுக்கு அதே போல எனக்கும்...' என்று சொல்லியபடி சிரித்துக் கொண்டிருந்தது அந்த முகம். அவனது வேகம் திடீரென முழுவதுமாகக் குறைந்து ஒரு புள்ளியில் வெறுமையாகி ஸ்கலிதம் அடைந்து சோர்ந்து மீனா மீது சரிந்து விழுந்தான். மிகச் சொற்பமான நேரத்தால், பெரிய ஏமாற்றத்துடன் மீனா அவனது உடலைத் தள்ளிவிட்டு எழுந்து பாத்ரூமை நோக்கிச் சென்றாள். அவளது

பின்புறத்தைப் பார்த்தபோதும் அவனுக்கு, அவனது அம்மாவின் சொற்களே காதுகளில் கேட்டுக்கொண்டிருந்தது. எல்லையற்ற கோபத்தில் கத்தி அழவேண்டும் போலிருந்தது அவனுக்கு, அந்த இடத்தில் அவ்வாறு செய்ய முடிந்திடாமல் முகத்தை மூடிக்கொண்டு அழுதுகொண்டிருந்தான். ‘பரவாயில்லை இது முதல் தடவைதான, அதுனாலதான் வேகமாக முடிஞ்சு போச்சு, கொஞ்ச நாள்ல எல்லாம் சரியாயிடும்’ என்று மீனா அவனைத் தடவியவாறு தேற்றினாள். ஆனால் அவன், தனது மனதில் பரவியிருந்த தனது தாயின் கவர்ச்சி நிறைந்த வடிவத்தையும், அவள் உச்சரித்த வார்த்தைகளையும் மனதில் யோசித்துக் கொண்டேயிருந்தான். அதிலிருந்த உண்மையின் குறுகுறுப்பு அவனை முடக்கிப்போட்டது.

இந்த நிகழ்விற்குப் பிறகான நாள்களில், பணியிடத்திலிருந்து ஊழியர்களை வீட்டில் சேர்த்து விட்டு காரில் தனிமையில் திரும்பும் போது, நிர்ணயிக்கப்பட்ட வேகத்தை விட அதிவேகமாக காரை ஓட்டிக் கழித்தான். அந்த வேகத்தில் மீனாவுடன் உடலுறவு கொள்வது மாதிரியே கற்பனையில் நினைத்துக் கொண்டான். அது அவனுக்குப் பிடித்தமான வடிகாலாக மாறிப்போயிருந்தது. ஆனால் ஒரு போதும், ஒரு நாளும் அவனால் மீனாவுடன் நல்ல விதமாக உடலுறவு மேற்கொள்ளவே முடிந்ததில்லை. அதிகபட்சம் இரண்டு நிமிடங்களுக்குள் எல்லாம் முடிந்து போனது. அவனது தாயின் முகமும், அவளது சொற்களும் அவனை முழுவதுமாக இயங்கவிடாமல் தடுத்துக் கொண்டிருந்தன. திரும்பத்திரும்ப முயன்ற போதும் அந்த அரூப வடிவத்தையும், அச்சொற்களையும் அவனால் முழுவதுமாக கடந்து செல்ல முடியவில்லை. சற்று நீண்ட பெரிய வெள்ளை நிறப் புள்ளியான அப்பாவும், சிறிய விளக்கின் மஞ்சள் ஒளியில் உள்ளாடைகளுடன் பார்த்த அவனது அம்மாவின் கிளர்ச்சி தூண்டும் உடலும், அவளின் சொற்களும் ஒவ்வொரு இரவிலும் கனவில் வந்து அவனை நிம்மதியிழக்கச் செய்தன. ஒவ்வொரு முறையும் முயன்றும் அவனால் திருப்திப்படுத்த முடியாததால் மீனா அவனை விட்டு முற்றிலுமாக விலகத் துவங்கியிருந்தாள். உடலுறவின் மீதான விருப்பமும், ஆர்வமும் முழுவதுமாகத் தேங்கிக்கிடந்த அவனுடல் வேகமாக காரை ஓட்டும் தருணத்தில் முழுவதுமாகச் சிலிர்த்துப் பிரகாசமடைந்து

கிடந்தது. கொஞ்சம் கொஞ்சமாக முன்னேறி ஒவ்வொரு படியிலும் வேகத்தை அதிகரித்து கடைசியாகச் சாலையில் அதிவேகமாக விரைந்து முன்னேறிக்கொண்டிருப்பதென்பது அவனுக்கு நேர்த்தியான உடலுறவு கொள்வது போலவே மனதிற்குள் தோன்றிக் கொண்டிருந்தது. அதை அடிக்கடி செய்து அனுபவித்து ஆசுவாசமடைந்து மகிழ்ந்தான்.

தகவல் பூங்கா ஊழியர்களில் சிலரும், அவனது நிறுவனத்தினர் சிலரும் அவன் காரை இயக்கிடும் வேகம் குறித்தும், ஓட்டும் முறைகளில் இருக்கும் கவனமற்ற போக்குகள் மற்றும் அவனது புதிரான நடவடிக்கைகள் குறித்தும் கடிதத்தின் வாயிலாகவும், நேரிலும் புகார் கொடுத்தார்கள். தான் என்ன செய்து கொண்டிருக்கிறோம் என்பது குறித்த ஒன்றும் அவனுக்குப் புலப்படவில்லை. குறிப்பிட்ட சில நாள்களுக்குள்ளாகவே அவனை வேலையிலிருந்து நிறுத்தி வீட்டிற்கு அனுப்பியது நிர்வாகம்.

சில இடங்களில் அவனுக்கென பெண் பார்த்துச் சலித்திருந்தாள் அன்னகாமு. அவனது மனநிலை கொஞ்சம் சரியில்லாதது என்பதையே எல்லோரும் அவளிடம் சொல்லிக் கைவிரித்தனர். அவளும் விடாமல் தேடியபடியே இருந்தாள். வேலையில்லாத நாள்களில் ஏரிக்கரையில் உட்கார்ந்து மீன்பிடிப்பதை வழக்கமாக்கிக்கொண்டான் சங்கர். தூண்டில் முள்ளில் சிக்கியபடி தத்தளித்துக்கொண்டிருக்கும் மீனைக் கடைசி நொடியில் லாவகமாக முட்களிலிருந்து பிரித்து மீண்டும் ஏரிக்குள் எறிந்துகொண்டிருந்தான். கடைசி நொடியில் உயிர் பிழைத்துத் தாவி விழுந்து நீந்தும் மீன்களைச் சிரித்தபடியே வெறித்துக் கொண்டிருந்தான். அத்தகைய மீன்களைத் தன்னைப் போலவே எண்ணிக்கொண்டான். தன்னையும் யாரேனும் ஒருவர் வந்து கடைசி நொடியில் சமப்படுத்தி வைப்பார்களென்று நினைத்துக் கொண்டான். வீட்டிலிருந்த அப்பாவின் நிழற்படத்தைச் சுத்தமாகத் துடைத்து வைத்திருந்தான். தினமும் காலை வேளையில் அதன் முன்னால் கண்களை மூடியபடி வணங்கிக்கொள்வதைப் பழக்கமாக்கிக்கொண்டான். அந்த நிமிடங்களில் வெள்ளை நிறப் புள்ளியின் ஓர் அமைதி அவனுக்கு முழுமையாகக் கிடைத்தது.

இடைநிலையும் தொடர்ச்சியான நிகழ்வுகளும் :

செங்கல்பட்டிலிருந்த தனது தூரத்துச் சொந்தமான பெருமாளின் மகளான தேவியைச் சங்கருக்குத் திருமணம் செய்துவைத்தாள் அன்னகாமு. முதல் மாதம் மட்டும் எல்லாம் சரியாகப் போய்க்கொண்டிருந்தது, இரண்டாவது மாதத்திலிருந்து சங்கருக்கும் தேவிக்கும் இடையில் சண்டைகள் ஆரம்பமாகின. தினமும் இரவில் சங்கர் அரூபமாக நீண்ட வெள்ளை நிறப் புள்ளியைப் போலிருக்கும் அப்பா குறித்து பேசிக்கொண்டேயிருப்பதாகவும், சிறிய மஞ்சள் வெளிச்சத்தில் மீனா என்பவள் நிர்வாணமாக அமர்ந்திருப்பதாகக் கூறியபடி தலையணையுடன் தொடர்ந்து பேசுவதாகவும் தேவி சொல்லி அழுதாள். சங்கர் அவள் மீது எந்தக் குற்றச்சாட்டையும் வைக்கவில்லை. 'நான் திருந்திடுவேன், உன்னால் தான் என்னைச் சரிசெய்ய முடியும், உனது அன்பால் மட்டும் தான் அது முடியும்' என்று அவளிடம் மன்றாடிப் பார்த்தான் ஆனால், அவளால் அவனது சிதிலமடைந்த மனதைச் சரிசெய்யவே முடியவில்லை. சரியாகத் திருமணம் முடிந்த நான்காம் மாதத்தின் தொடக்க நாளில் காலையிலே தேவி அழுதபடி சங்கரின் வீட்டை விட்டு வெளியேறியிருந்தாள். அதற்குப் பிறகான சில நாள்களில் இரண்டு வீட்டிலிருந்தும் பேச்சுவார்த்தைகள் தொடர்ந்து நடந்து கொண்டிருந்தன, இப்பொழுது அதுவும் இல்லை. கடைசியாகத் தேவிக்குப் புதிய மாப்பிள்ளை தேடிக்கொண்டிருப்பதாகச் சில பேச்சுகள் அன்னகாமுவின் காதுகளுக்கு வந்துகொண்டிருந்தன.

அதிகாலைக் குளிரில் தலையிலிருந்து நாடி வரை பெரிய துண்டைக் காதுகளை மறைத்தவாறு இறுக்கிக் கட்டிக்கொண்டு குப்பைகளைச் சேகரிக்கும் டிராக்டரை மெதுவாகச் சாலையில் உருட்டிக் கொண்டிருந்தான் சங்கர். ஒரு மாதத்திற்கு முன்பாக மறைமலைநகர் நகராட்சியில் குப்பைகள் சேகரிக்கும் டிராக்டர் ஓட்டுநராக வேலைக்குச் சேர்ந்திருந்தான். காக்கிச் சீருடையில் சட்டையின் காலரும், தோள்களின் இருமுனைகளும், முழுக்கால் சராயின் மடிப்பும் மிகச் சரியாகக் கூர்மையில் நன்கு இஸ்திரி போட்டுத் தேய்க்கப்பட்டு நின்றிருந்தன. சுருள்சுருளான மீசையின் கீழே சிறிய சிகரெட் ஒன்று புகைந்துகொண்டிருந்தது. இரண்டு இமைகளுக்கு நடுவில் சந்தனத்தில் குழப்பி எடுத்த சிறிய பொட்டொன்று பாதி

காய்ந்திருந்தது. பின்புறத்தில் இணைக்கப்பட்டிருந்த டிரைலர் பச்சையும், சிகப்புமாகச் சரி பாதியாக வண்ணங்களால் பிரிக்கப்பட்டு, இடையில் பெரிய கருப்பு பாலிதீன் கவரால் உட்புறம் பிரிந்து கிடந்தது. காக்கிச் சட்டையும், நிக்கரும் அணிந்திருந்த மூன்று ஆண் வேலையாட்களும், கருநீலத்தில் புடவை கட்டியிருந்த மூன்று பெண்களுமாகச் சாலையின் ஓரங்களில் தொட்டிகளில் குவிக்கப்பட்டிருக்கும் குப்பைகளைப் பெரிய மூங்கில் கூடைகளில் எடுத்து வந்து டிரைலரில் நின்று கொண்டிருக்கும் மற்றுமொரு நிக்கர் அணிந்திருக்கும் குமாரிடம் கொடுத்துக்கொண்டிருந்தனர். குமார் சற்றுக் கவனத்துடனும் லாவகத்துடனும் ஒருமுறை சரியாகப் பார்த்து மக்கும் குப்பைகளிலும், மக்காத குப்பைகளிலுமாகப் பிரித்துக் கொட்டிக் கொண்டிருந்தான். டிராக்டரில் அவனது கைகளுக்கு அருகிலிருந்த பழைய சிறிய ரேடியோ ஒன்று இரைச்சலினூடே ஒரு பாடலைப் பாடிக்கொண்டிருந்தது. குமார், தனது குரலையுயர்த்தி 'வண்டியை விடுண்ணா' எனச் சொல்லும் போது - அந்த ரேடியோவின் இரைச்சலைத் தாண்டி - மட்டுமே வண்டியைச் சிறிது தூரம் வரை முன்னால் நகர்த்துவான் சங்கர்.

குப்பைகளைப் பிரித்துச் சேகரித்து அள்ளிக்கொண்டிருக்கும் ஆண், பெண் ஊழியர்களிடம் காலையில் தோன்றும் இயல்பான புத்துணர்ச்சியும், வேகமும் இருந்துகொண்டிருந்தது. மேலும் அவர்களுக்குள் சிரிப்பும், நையாண்டியுமான பேச்சுகளும், திட்டுகளும், பிறர் குறித்த இரகசியச் செய்திகளும் வேலைகளினூடாகக் கலந்திருக்கும். சங்கர் டிராக்டரை மெதுவாக உருட்டுவான். அது பெரும்பாலும் நின்ற இடத்திலேயே உருமிக்கொண்டிருந்தது. ரேடியோவின் குரல்வளையைத் திருகி இரைச்சலைச் சற்று குறைத்திருந்தான். இப்போது பழைய பாடலொன்று சுமாராகக் கேட்டுக்கொண்டிருந்தது. அதற்கேற்றவாறு அவன் தனது வாயை அசைக்கத் துவங்கியிருந்தான். சக பணியாட்கள், சில உணவு விடுதிகள், காய்கறிக் கடைகள் மற்றும் தேநீர் விடுதிகள் ஆகியவற்றிலிருந்து கழிவுக் குப்பைகளை மொத்தமாக பிளாஸ்டிக் பேரலிலிருந்து இழுத்து வந்து மூன்று பேராக மொத்தமாகச் சேர்ந்து தூக்கி டிரைலரில் கொட்டுவார்கள். இது மாதிரியான வேலைகளுக்கு அந்தக் கடைக்காரர்களிடமிருந்து சிறிய தொகைகள்

சன்மானமாகக் கைமாற்றப்பட்டன, அது மொத்தமாகக் கடைசியில் மதிய வேளையில் அவர்களுக்குள்ளாகச் சரிசமமாகப் பிரிக்கப்படும். சில சமயங்களில் தேநீர்க் கடைகளில் இலவசமாகச் சில கோப்பைகள் தேநீரும் வழங்கப்படும். குப்பைக் கழிவுகளின் வீச்சங்களும், அதன் மோசமான நைய்ந்து குலைந்து உருமாறிக் கிடக்கும் வடிவமும் அவர்களுக்கு மிகவும் பழகிய ஒன்றாகவும், அவர்களுடைய வாழ்வின் இயல்பானதாகவும் மாறிப் போயிருந்தன.

சங்கருக்குத் தினந்தோறும் அந்த டிராக்டரைச் சாலையில் மெதுவாக உருட்டிக்கொண்டிருப்பது மனதளவில் பெரும் சோர்வை உருவாக்கியிருந்தது. உலகத்தின் வேகமான செயல்பாடுகளுக்கிடையில் தான் மட்டும் நின்று வெறுமையில் தன்னை இழந்துகொண்டிருப்பது போல அவனுக்குத் திரும்பத் திரும்பக் தோன்றிக்கொண்டிருந்தது. மாதமானதும் ஒப்பந்த அடிப்படையிலான சம்பளமும், தினசரி சேகரமாகும் இனாம்களின் பங்கில் கிடைக்கும் கணிசமான சிறுதொகையும் அவனது இந்த வேலைக்குப் போதுமானதாக இருந்தாலும் அவனால் இந்த வேலையில் நிம்மதிகொள்ள முடியவில்லை. முந்தைய வேலையில் காரை அதிரடியான வேகத்தில் ஓட்டி அனுபவித்துக் கொண்டிருந்தபோது கிடைத்த மகிழ்ச்சியும், ஆசுவாசமும் இந்தப் புதிய வேலையில் கிடைக்காமல் தன்னைப் பலவீனமாக உணர்ந்து கொண்டிருந்தான். டிராக்டர் அதன் இயல்பான வேகத்தின் தன்மையை இழந்து சிறிய வேகத்தில் நகர்வதை, அடிபட்ட பெரிய மிருகமொன்று தன் இயல்புகளை மறந்து, வேறு வழியின்றி ஏதோ வேறு வழியின்றி வாழ்ந்து வருவதின் சாயலைக் கொண்டிருப்பது போலவே அவனுக்குப்பட்டது. அவனையும் அதற்குள்ளாகவே இணைத்துப் பார்த்தான். சிறிய மிதிவண்டிகளும், நடந்து செல்லும் சில மனிதர்களும் கூட அவனது டிராக்டரைக் கடந்து செல்லும் போது தடுமாற்றத்துடன், நிலையற்ற தனது மனதின் ஒரு நிலையில் தனக்கு ஏற்பட்டிருக்கும் இயலாமையின் தன்மை குறித்து நிறைய யோசிக்கத் துவங்கியிருந்தான். அவனது மனது, அச்சோம்பல்களில் நிறைந்து அந்த ஒரே புள்ளியைச் சுற்றிக்கொண்டிருந்தது. தனக்கு முன்பு கிடைத்திருந்த வேகமான நாள்களையும், தற்போதைக்கான சோம்பல்கள் நிறைந்த நாள்களையும் அவன் வேறுபடுத்திப் பிரித்து வைத்திருந்தான்.

தனக்குள்ளும், அந்த உயிரற்ற டிராக்டருக்குள்ளும் ஒரேவிதமான இயலாமையின் உணர்வே வளர்ந்திருக்கிறது என்பதாகவே அவன் நினைத்துக்கொண்டிருந்தான். தன்னைப் போலவே அதற்கும் அதன் வேகம் குறித்த கட்டுப்பாடுகளின் அம்சங்கள் சார்ந்து நிறைய வேதனைகளையும், இயல்பான ஒரு விதத்தில் தன்னைப் பயன்படுத்தி இந்த உலகில் வாழ்வதற்கு முடிந்திடாத சிறைபோன்ற அமைப்பு முறைகளையும் குறித்து நிறைய கோரிக்கைகள் இருக்கும் எனத் தனக்குள்ளாகவே நினைத்து வந்தான். தினந்தோறும் டிராக்டருடன் பேசவும் ஆரம்பித்திருந்தான். அந்த உரையாடல்களில் இயலாமையின் ஒரு புதிர் நிறைந்த அச்சம் படர்ந்திருந்தது. ஒருநாள் எல்லாவிதக் கட்டுப்பாடுகளையும் மீறித் தானும் அந்த டிராக்டரும் இயங்கியே தீர்வோம் என்பதாக ஒரு நம்பிக்கையைத் தனக்குள்ளும், டிராக்டருக்குள்ளும் வளர்த்து வந்தான்.

குப்பைகள் நிரம்பிய டிராக்டரை மதியவேளையில், ஒருங்கிணைந்த திடக்கழிவு மேலாண்மை திட்டத்திற்கான பெரிய திடலில் மக்கும்/ மக்காத குப்பைக்கிடங்குகளில் வரிசையில் சென்று பிரித்துக் கொட்டிவிட்டு, வண்டியைக் கொண்டு போய் நகராட்சி அலுவலகத்திற்குப் பின்புறம் நிறுத்திவிட்டு அவர்கள் கிளம்புவார்கள். சக பணியாளனான குமாரின் சகவாசத்தால் சில நாள்களுக்கு முன்னதாக ரதியும் அதற்குப் பிறகு கமாலாவும் சங்கருக்கு அறிமுகமாகியிருந்தார்கள். நாற்பதைக் கடந்த வயதிலிருந்த இருவரும் அருகிலிருந்த வாட்டர் பாட்டில்கள் தயாரிக்கும் சிறியவகைத் தொழிற்சாலையில், நீர் நிரப்பிய பாட்டில்களைப் பெட்டியில் வரிசையாக அடுக்கும் வேலையிலிருந்தனர். முதல் ஷிப்ட் முடிந்து திரும்பிய சில மதிய வேளைகளில் முதலில் ரதிதான் சங்கரோடு படுக்கையைப் பகிர்ந்துகொள்வதற்கு வெறும் ஐநூறு ரூபாய்க்குச் சம்மதித்தாள். குமார்தான் எல்லாவற்றையும் கச்சிதமாகப் பேசி முடித்துக்கொடுத்தான். - அவனுக்கு தனியாக கமிசனும் கிடைத்தது - சங்கர், தன்னால் வேகமாக ஓட்டமுடிந்திடாத டிராக்டரின் உடல் வாகைப் போலவே கற்பனை செய்துகொண்டு அவள் மீது இயங்கினான். மிக நீண்ட சாலையில் அவனது டிராக்டரை முழுவதுமான வேகத்துடன் ரதியின் உடலோடு ஓட்டிக்கொண்டிருந்தான். அவனுக்கு முன்பாகப் புகை படிந்த

நிழலாக வந்துகொண்டிருந்த, சிறிய விளக்குகளின் மஞ்சள் வெளிச்சத்தில் கிடந்த தாயின் முகமானது இப்பொழுதும் அவனின் முன்பாக வந்து சிரித்துப் பேசிக்கொண்டிருந்தது. அதைப் பொருட்படுத்தாது ரதியின் உடலோடு இயங்கிடும் ஆற்றலை இடைப்பட்ட காலம் அவனுக்கு வழங்கியிருந்தது. அவனது தாயின் மீதான கவர்ச்சியும், கோபமும் முற்றிலுமாக அவனிடம் இல்லாமல் போயிருந்தது. அதீத வேகத்தில் சென்றுகொண்டிருந்த டிராக்டரை எங்கும், எதற்காகவும் நிறுத்தாமல் தொடர்ச்சியாக வெறி பிடித்ததைப் போல ஓட்டிச் சென்று கடைசியில் ஒரு புள்ளியில் தளர்ந்து ரதி மீது விழுந்தான். நிறைய நாள்களாக வேகமாக ஓட்ட முடிந்திடாத டிராக்டரை முழுவேகத்தில் ஓட்டியதன் மகிழ்ச்சியும் நிறைவுமான மனநிலையில் முழுவதுமாகச் சிரித்தபடி நிறைய நேரம் படுக்கையில் கிடந்தான். ரதி அவனது வேகமான அசைவுகளையும், முரட்டுத்தனமான செயல்பாடுகளையும் அனுபவித்திருந்தாலும், அவனது புதிரான சில செய்கைகளைக் கண்டு கொஞ்சம் பயந்து போயிருந்தாள். கடைசியில், ஆடைகளை உடுத்திக்கொண்டிருந்த ரதியின் முதுகைப் பிடித்து 'என்ன டிராக்டர், எந்தவிதக் கட்டுப்பாடுமில்லாமல் இன்று உனது முழு வேகத்தையும் அனுபவித்துக்கொண்டாயா..? உனக்கு முழு சந்தோசம்தானே...?' என்று கேட்டான், ரதி பதறி அவனது கையைத் தள்ளிவிட்டு வீட்டிலிருந்து உடனடியாக அவனைக் கிளம்பச் சொல்லி வெறுப்பில் கத்தினாள்.

மற்றுமொரு வாரத்தில் குமார் வந்து சங்கருக்காகப் பேசியபோது, அந்தப் பைத்தியம்கூடச் செல்ல முடியாதென்று சொன்னாள். இன்று அவன் அவ்வாறு செய்ய மாட்டானென்றும் கூடுதலாக இருநூறு ரூபாய்கள் கொடுக்கவும் தயாராக இருக்கிறானென்றும் அவன் சொன்ன போது வலுக்கட்டாயமாக ஒத்துக்கொண்டாள். அன்றும் சங்கர், நளினமும் ஆசையும் இன்றித் தொடக்கும் முதலே முரட்டுத்தனமாக டிராக்டரை வேகத்தில் கிளப்பினான். ஆளில்லாத சாலையில் இடது புறமாகச் செல்லும் லாவகத்துடன் சீரான வேகத்தில் சென்றுகொண்டிருந்த போது வலமும் இடமுமாக வளைத்து வளைத்து ஓட்டினான். அவள் வேதனையில் அவதிப்பட்டு முனங்கிக்கொண்டிருந்தாள். குறிப்பிட்ட காலத்திற்கும் மேலாக அவனது டிராக்டர் வேகமாகச் சென்று கொண்டிருந்தது. இடையில் வந்த அவனது

அம்மாவின் முகத்தில் அடிப்பதைப் போல நிஜத்தில் ரதியின் கண்ணத்தில் இரண்டு அடிகள் வலுவாக விழுந்தன. அவள் பயத்தில் திணறிப் போய் அரண்டு கிடந்தாள். நடப்பவற்றில் எதுவும் அவளுக்குப் புரியவில்லை. ஏதோ பெரிய தவறொன்றில் தானும் பலியாக்கப்பட்டிருக்கிறோம் என்பது மட்டும் அவளுக்குப் புரிந்தது. பெரும் ஓலமிட்டுக் கத்தியபடியே அவன் தளர்ந்து அடங்கிய போது அவனைத் தள்ளிவிட்டு எழுந்து ஓடினாள் ரதி. பெருமூச்சுடன் சிரித்தபடி இரும்புக் கட்டிலில் அமர்ந்து சிகரெட் ஒன்றைப் பற்றவைத்துப் புகையைவிட்டான். அவனைப் பார்ப்பதற்கே பயந்தவாறு அறையின் மூலையில் நின்று அவனை வெளியேறுமாறு சொல்லி கையெடுத்துக் கும்பிட்டு அழுதாள். எதற்காக அவள் அழுகிறாள் என்பதே புரியாதவனைப் போல அவளைப் பார்த்தபடி இன்னும் ஒரு நூறு ரூபாய்த் தாளை அவளிடம் நீட்டினான், அவள் அதை வெடுக்கென வாங்கி அவனது முகத்தில் எறிந்தாள். ‘உடனே இங்கிருந்து வெளியேறு’ என்று மட்டும் பேயாகக் கத்திச் சொன்னாள்.

சில வாரங்களுக்குப் பிறகு கமலாவை குமார் அனுகிய போது, ‘அவன்... பெரிய பைத்தியக்காரக் கூதியாமே..!’ என்றபடி இழுத்தாள். சங்கர் முழுதாக ஆயிரம் ரூபாய் என்றான் கூடுதலாக இருநூறு கேட்டு பேரம் முடித்துக் கிளம்பினர். கமலா, ‘மொத்தம் ஒரு மணி நேரம்தான்’ என முன்கூட்டியே சொல்லிவிட்டாள். ‘ஒரு மணி நேரத்தில் நானும், டிராக்டரும் எந்த விதக் கட்டுப்பாடுமின்றி எங்களது இயல்பில் பயணப்பட்டுச் சந்தோசமடைந்துகொள்வோம்’ என்று பிதற்றினான் சங்கர். கமலாவிற்கு ஒன்றும் புரியவில்லை. படுக்கையில் டிராக்டரைக் கொஞ்சம் கொஞ்சமாக வேகப்படுத்திச் சென்றுகொண்டிருந்தான். கமலாவோடு அதீத வேகத்தில் இயங்கிக்கொண்டிருந்த போது வலி பொறுக்க முடியாமல் கத்தியவாறு அவனைத் தள்ளிவிட்டு எழுந்து அரை நிர்வாணமாக நின்றபடி அவனை விடாமல் அசிங்கமாகத் திட்டினாள். ‘டிராக்டர், வேகத்தில் சென்றுகொண்டிருக்கும் போது இடையில் இவ்வாறு தடைகளை ஏற்படுத்துவது யாருக்கும் நல்லதில்லை’ என்று அப்பாவியாகச் சொன்னான் சங்கர், அவனுடல் வியர்த்துக் கிடந்தது. அவளை நோக்கிச் சென்று கட்டிப் பிடிக்கப் பார்த்தான். அவள், அவனை

உதாசீனப்படுத்தி நகர்ந்து கொண்டாள். அவளது மனதில் பயத்தின் துடிப்புகள் அதிகரித்துச் சென்றுகொண்டிருந்தன. 'டிராக்டரை வேகமாக ஓட்ட வேண்டும், நீ வா...' என்று ஏக்கத்தில் அழைத்தான். வேகமாக அவனை நோக்கி முன்னேறி, கைகளைக் குவித்து அடிப்பதைப் போல முறுக்கி 'வெளியே போடா பைத்தியக்கார நாயே' என்றபடி அவனது பின் கழுத்தைப் பிடித்து வெளியே தள்ளினாள். அவனது ஆடைகளை எடுத்து விசிறியெறிந்தாள். கோபத்தில் அவனது உடலில் முழுவதுமாக நடுக்கமொன்று பரவி வந்தது. அதிர்ச்சியில் குழப்பம் நீண்டு 'போடி தேவடியா முண்ட...' என்று சொல்லியபடி அவளது வாசலில் எச்சிலைக் காறித் துப்பினான். அவனது காதில் கேட்கும் திறனில் கொஞ்சம் மந்தத்தன்மை ஏற்பட்டிருந்தது, நடக்கத் துவங்கிய சில நிமிடங்களில் வெள்ளை நிற வாந்தியொன்றை வீதியிலேயே எடுத்தான். வீதியில் ஓர் ஓரத்தில் உட்கார்ந்து வேடிக்கை பார்த்தான், அது எந்தச் சலனமுமில்லாமல் இயங்கிக்கொண்டிருந்தது. நடுக்கம் நிறைந்த அவனது மனதின் ஒரு புள்ளியில் கமலா சொல்லிய 'பைத்தியக்கார நாயே' என்ற வார்த்தை இரத்தம் நிறைந்த வடுவாக அவனுள் மாறியிருந்தது.

முடிவு நிலையும் கோரமும் அமைதியும் :

அதிகாலையில் எழுந்து, தனது அப்பாவின் நிழற்படத்தின் முன்பாக நீண்ட நேரம் நின்று வணங்கிவிட்டு வெளியேறினான். நெற்றியில் நீண்ட வெள்ளை நிற விபூதியின் அமைதி நிறைந்த வடிவமொன்றைக் காணமுடிந்தது. அன்னகாமு வீதியிலிருந்த குழாயடியில் தண்ணீர் பிடித்துக்கொண்டிருந்தாள். அவளிடமும் 'வரேன்' எனச் சொல்லிவிட்டுக் கிளம்பினான். அவள் தலையை மட்டும் ஆட்டினாள்.

டிராக்டரைக் கிளப்பும் போது, குமார் வந்து ஏறிக்கொண்டான். மீதிப் பணியாளர்கள் திருப்பத்தில் ஏறி டிரைலரில் நின்று கொண்டனர். அவர்களுக்கான வீதி வந்ததும் எல்லோரும் இறங்கி குப்பைகளைச் சேகரிக்கக் கிளம்பினர். குமார் முன்புறமாக வந்து "நேற்று கமலாவோட என்னாச்சு" என்று இரகசியக் குரலில் கேட்டான்.

“ஒன்னும் ஆகவில்லை...” என்று மட்டும் சொல்லி முடித்தான். அவனது முகத்தில் வெறுப்பு படர்ந்திருந்தது.

“இனிமேல் உனக்காகக் கேட்டு அவகிட்ட வரக்கூடாதுனு சொல்றா.,.” இரகசியக் குரலில் சொன்னான்.

“அந்தத் தேவடியா... என்ன பைத்தியக்கார நாயுன்னு சொல்றா குமாரு..” என்று சொல்லிவாறு, டிராக்டரின் பின் சக்கரத்திற்கு மேலான இரும்புப் பட்டையில் குத்தினான். ஆத்திரம் அடைத்துக் கொண்டு வந்தது அவனுக்கு.

“அப்பிடியா சொன்னா.. இனிமேல் அவ வேனா சங்கரண்ணே, உங்களுக்கு வேறாளு பாப்போம், என்ன கொஞ்சம் செலவாகும் என்றான்.”

“ம்ம்..ம்ம்..” என்றவாறு சொல்லிக்கொண்டே, ரேடியோவைத் திருப்பினான். இரைச்சல் கூடுதலாக வந்தது.

பணியாட்கள் குமாரை அழைத்ததால், அவன் சென்று டிரைலரில் ஏறி குப்பைகளை வாங்கிக் கொட்டத் துவங்கினான். சங்கரின் கைகள் ரேடியோவின் குரலைத் துழாவிக்கொண்டிருந்தன. ஏனோ இரைச்சல் மட்டுமே வந்துகொண்டிருந்தது. முன்னும் பின்னுமாகத் திருகை நகர்த்திப் பார்த்தான் இரைச்சல் அதிகமானதே தவிர குறையவில்லை. அவனது மனதைப் போலவே அது இடைவெளியில்லாமல் இரைந்துகொண்டிருந்தது. ஓர் உட்ச கோபத்தில் தலைக்கேறியிருந்த உஷ்ணம் வலியாய் மாறி அவனை வதைக்கத் துவங்கியது. அதனுள்ளிருந்து தெளிவாக கமலாவின் அடர்ந்த வெறுப்படங்கிய குரல் ‘வெளியே போடா பைத்தியக்கார நாயே..’ தனியாகக் கேட்கத் துவங்கியது. உன்னிப்பாக மீண்டும் மீண்டும் கேட்டான் அதே குரல், அதே வெறுப்பு... ரேடியோ இரைச்சலில் கத்திக்கொண்டிருந்தது. குமார், ‘சங்கரண்ணே அத கொஞ்சம் நிறுத்துண்ணே காது வலிக்குது’ என்று பின்னாலிருந்து கத்தினான். சங்கர் அமைதியில் கண்களை மேல் நோக்கிப் பார்த்தவாறு அமர்ந்திருந்தான். எல்லாவற்றையும் கைவிட்டுவிட்டுப் போகும் ஒரு நிலையைப் போலிருந்தது அது. சிறிது நேரத்தில் இயந்திரம் போல அவனது கைமட்டும் அசைந்து ரேடியோவை நிறுத்தியது. ஆனால் சங்கருக்கு இரைச்சல் தொடர்ந்து கேட்டுக்கொண்டேயிருந்தது.

வலியில், தலையைப் பிய்த்துக்கொள்வது போலத் தன் கைகளால் தலையைப் பின்னியபடி ஆட்டிக்கொண்டிருந்தான். தன்னுடைய இயல்பான வேகத்தில் வாழமுடியாத இந்த வாழ்க்கையை, அதிலிருந்திடும் இயலாமைகளையும் வெறுத்துக் காறித் துப்பினான். டிராக்டரும் தன்னுடைய வேகத்தை மீட்டுத்தருவதற்காக அவனிடம் மன்றாடிக்கொண்டிருப்பதைப் போல அவனுக்குத் தெரிந்தது. கடைசியாக உன்னிப்பாகக் கேட்டான், கமலாவின் பிசிறுகளற்ற அந்தக் குரல், வெறுப்பு படர்ந்த குரல்..' வெளியே போடா பைத்தியக்கார நாயே' அவனது மனதிற்குள் சுழன்று சுழன்று ஆழமாகப் போய்க்கொண்டிருந்தது. நின்றயிடத்திலேயே உறுமிக்கொண்டிருந்த டிராக்டரை நொடியில் அழுத்திக் கிளப்பினான். அது விடுதலையான விலங்கைப்போல ஓலமிட்டுத் தாவிக்குதித்து முன்னேறியது. டிரைலரில் நின்றிருந்த குமார் நிலைதடுமாறி மேலிருந்து கீழே விழுந்தான். நடப்பது என்னவென்றே அவனுக்குப் புரியவில்லை. அவனும், சில பணியாளர்களும் சங்கரைக் கத்திக் கூப்பிட்டவாறே வண்டியின் பின்னால் ஓடி வந்தனர். சங்கர் முழுவதுமாகச் சிரித்தபடி டிராக்டரை வேகமாக ஓட்டத் துவங்கியிருந்தான், அவனது அசைவுகளுக்கு ஏற்றபடி சுதந்திரமாகச் சாலையில் பாய்ந்து கொண்டிருந்தது டிராக்டர்.

வேகமெடுத்துச் சாலையின் ஒழுங்கமைதியைக் குலைத்துக் கொண்டு ஓடிய டிராக்டர், சில சைக்கிள்களையும், இருசக்கர வாகனத்தையும், இரண்டு பெரியவர்களையும் இடித்துத் தள்ளிவிட்டு, வெகு நாள்களாக மூடிக்கிடக்கும் ஒரு பழைய உணவு விடுதியின் வாசலிலிருந்த தடுப்புச்சுவரின் மீது ஏறித் திமிறிக்கொண்டு முன்புற இரும்புக் கதவுகளை உடைத்து இறுதியாக நின்றது. டிராக்டரின் பெரிய பின் சக்கரங்களின் கீழே அங்கு ஓரத்தில் நிறுத்திவைக்கப்பட்டிருந்த இருசக்கர வாகனமொன்று கோரமாக நசுங்கிக் கிடந்தது. தெரு நாய்களின் குலைப்பொலிகள் சாலை முழுவதுமாக அச்சமூட்டும் இழையோடு பரவியிருந்தன. காலையில் தேநீர்க் கடைகளில் நின்றிருந்த கூட்டமும், அலுவலகங்களுக்கு விரைந்துகொண்டிருந்தவர்களும் அதிர்ச்சியில் உறைந்து போய் சில சப்தங்களை எழுப்பியவாறு பரிதாபமாக டிராக்டர் மீது பார்வையைக் குவித்திருந்தனர். குப்பைகளை மூங்கில் கூடைகளில் சேகரித்துக்கொண்டிருந்த சக ஊழியர்களும்

பதறியடித்துக் கூக்குரலிட்டுக் கொண்டு டிராக்டரை நோக்கி ஓடி வந்துகொண்டிருந்தனர். சங்கர் தனது இருக்கையில் அலங்கோலமாய்ச் சரிந்து கிடந்தான். எப்போதும் மடிப்பு கலைந்திடாத இஸ்திரி போடப்பட்டிருக்கும் அவனது காக்கி நிறச் சீருடை கசங்கி கிழிந்து மணல் தூசிகளும் குப்பைகளும் மடிந்து கிடந்தன. அவனது கண்கள் மேல் நோக்கிச் சொருகியபடி டிராக்டரின் கிழிந்த கூரை வழியாகச் சிறுதுண்டு வானைப் வெறித்துப் பார்த்தபடி குத்திட்டு நின்றன. அவனது உயிர், மெதுவாக உருண்டுகொண்டிருக்கும் குப்பைகள் ஏற்றும் ஒரு டிராக்டர் போலவே சில நிமிடங்கள் ஒரே இடத்தில் மெதுவாக உறுமியபடி இருந்துவிட்டுப் பிறகு மெதுவாகப் பிரிந்து சென்றுகொண்டிருந்தது. கடைசியாக அவனும், டிராக்டரும் அமைதியின் நிலையான தன்மையின் ஆழத்திற்குள் மூழ்கிக்கொண்டிருந்தார்கள்.

- 26.05.2023.

❋